வாதம் செய்

| வழக்கினால் நிகழ்ந்த மாற்றங்கள் |

-சு. ஞான பிரகாஷ்

Published by Notion Press 2026

ISBN 979-890560700-4

*****

சமர்ப்பணம்....

என்னை வாதம் செய்ய பணித்த தமிழ் அன்னைக்கு இந்நூல் சமர்ப்பணம்!

அணிந்துரை....

சேலம் சென்ட்ரல் சட்டக்கல்லூரியின் முதுகலை முதலாம் ஆண்டு மாணவர் திரு.சு.ஞான பிரகாஷ் அவர்கள் எழுதி வெளியிட்டுள்ள "வாதம் செய்" என்ற தலைப்பிலான இந்த புத்தகம் மிகவும் சிறப்பானதாகவும், படிக்கும் வாசகர்களுக்கு சுவாரசியமாகவும் அமைந்துள்ளது.

சட்டத்தின் பல்வேறு தன்மைகளையும், பல்வேறு புகழ் பெற்ற வழக்குகளின் தீர்ப்புகளையும் அடிப்படையாகக் கொண்டு, பத்து துணை தலைப்புகளில்

எழுதப்பட்டுள்ள இந்த புத்தகம், அதன் படைப்பாளர் ஞானபிரகாஷ் அவர்களின் சட்ட அறிவையும், படைப்பாற்றலையும் நன்கு வெளிப்படுத்துகிறது. படிக்கும் காலத்திலேயே புத்தகம் எழுத வேண்டும் என்ற ஆர்வமும், ஆய்வு மனப்பான்மையும் கொண்ட, எங்களது கல்லூரியின் பெருமைமிகு மாணவர் திரு.ஞானபிரகாஷ் அவர்கள் எதிர்காலத்தில் இது போன்று பல படைப்புகளை உருவாக்கி மிகப்பெரும் சாதனையாளராக திகழ்வார் என்பதில் எனக்கு எந்த ஐயப்பாடும் இல்லை.

சட்டம் பயிலும் மாணவர்களுக்கும், சட்ட ஆர்வளர்களுக்கும் இந்த கையடக்கப் புத்தகம் மிகவும் உதவிகரமாக அமையும் என்பதில் மாற்றுக்கருத்து இல்லை. இனிய வாழ்த்துக்கள்!

முனைவர்.பேகம் பாத்திமா
முதல்வர், சென்ட்ரல் சட்டக் கல்லூரி
சேலம்-8

என்னுரை....

சமூக சேவை எனும் போக்கில் சட்டத்தைத் தேர்ந்தெடுத்த நான், நாள்தோறும் நீதிமன்றங்களில் அரங்கேறிக் கொண்டிருக்கும் வழக்குகளின் மூலம் இந்தச் சமூகம் நீதியை அணுகும் முறையை எப்படி மாற்றி வைத்துள்ளது என்பதை நான் உணர்ந்து கொண்டேன். நீதியைக் கோருவதற்கு சட்டம் ஒரு கருவி தான், ஆனால் நீதியை அடைவதற்கு "வாதம்" ஒரு பாலம் என்பதை இந்த சமூகத்திற்கு நான் எப்படி உணர்த்துவேன்!?.சமூகத்தில்

முறையிட்டு முறையிட்டு சோர்ந்து போன பல்வேறு புரட்சியாளர்களும், சமூக சேவகர்களும் சில சமயங்களில் நீதிமன்றத்தை நாடாததால், அவர்கள் வரலாற்றில் சில வெற்றிகளை இழந்திருக்கிறார்கள். நீதிமன்றம் என்றாலே அஞ்சும் போக்கை மாற்றி, ஒவ்வொரு குடிமகனும் சட்டம் எனும் கருவியை ஏந்தி, "வாதம்" எனும் உரிமை குரலை ஓங்கி ஒலித்திட இந்த நூல் ஒரு உந்துகோலாக இருக்கும் என நம்புகிறேன்.

நன்றி!

-சு. ஞான பிரகாஷ்

பொருளடக்கம்

1. சட்டம் எனும் கருப்பொருள்

இங்கு சட்டம் எனும் சொல்லின் வேரினை நாம் பிடிப்பது அவசியம். சட்டம் எனும் தமிழ்ச் சொல் "சட்டகம்" (FRAME) எனும் பொருள் கொள்ளக்கூடியது. எது ஒன்றை வகுத்து தொகுத்து ஒரு ஒழுங்குமுறையில் வைக்கின்றோமோ அதையே நாம் சட்டகம் என்போம். இன்றைக்கு இருக்கக் கூடிய இந்தியச் சட்டங்களும் நீதிமன்ற நடைமுறைகளும் நம் நாட்டின் பண்டைய கால வழிமுறைகளில் வந்தவை அல்ல, என்பதை நாம் அறிய

வேண்டும். இவை மேற்கத்திய மற்றும் ஐரோப்பிய நடைமுறைகளில் இருந்து வந்தவை. சுருக்கமாக சொல்வதானால் ஆங்கிலேயர்களின் ஆட்சிக்கு பிறகு அவர்களிடம் அப்படியே பெற்றுக்கொண்டோம்.

அப்படியானால் சட்டம் எனும் பொருளின் தோற்றம் எது? ஆம் ஆங்கிலத்தில் அதை நாம் "Law" என குறிப்பிடுகிறோம். பழங்கால ஆங்கிலத்தில் "Lagu" எனவும் பின்பு அது முன்னேறி ஆங்கிலத்தில் "Lawe" எனவும், தற்போது உள்ள ஆங்கிலத்தில் "Law" எனவும் உருமாறியுள்ளது. இதன் பொருள் "வகுக்கப்பட்ட விதி" அல்லது "ஒழுங்குமுறைப்படுத்தப்பட்ட விதி" என பொருள் கொள்கிறது.

அப்படியானால் இந்தியாவின் பூர்வீக சட்ட வளங்கள் ஏதும் இல்லையா? ஏன் நாம் அவர்களின் வழிமுறைகளைப் பின்பற்றுகிறோம் எனும் கேள்வி நம்முள் எழும்,

பல்வேறு கலாச்சார பண்பாட்டைக் கொண்ட இந்த நிலத்தை அன்றைக்கு ஆட்சி செய்த மன்னர்களிடம் இருந்து வணிகத்திற்கு வந்த ஆங்கிலேயர்கள் கைப்பற்றி ஒரு எல்லை பரப்பை உருவாக்கி அதனை ஆட்சி செய்து வந்தனர். அதன் பின்னர் அவர்கள் இந்த நாட்டைவிட்டு செல்லும் பொழுது பாகிஸ்தானை தவிர மீதமிருக்கும் எல்லை அனைத்தையும் இந்தியா என்ற நாடாக விட்டுச் சென்றனர். அவர்கள் மூலம் வந்த சட்ட முறைகளே இன்று நாம் பயன்படுத்தும் சட்ட முறைகள்.

அப்படி இருக்க இந்தியாவின் பூர்வீக மற்றும் பாரம்பரிய சட்ட நடைமுறைகளை ஆய்வு செய்தால் பல்வேறு பண்பாடு கலாச்சார வரலாற்றை ஆய்வு செய்ய நேரிடும்.

இந்தியாவில் பூர்வ குடி மற்றும் தொன்மை கலாச்சாரம் கொண்ட நம் தமிழ்க்குடியில் சற்று வேர் தேடினால் எண்ணற்ற வரலாற்று சட்ட நடைமுறைகளுக்கான சான்றுகள் உண்டு.

ஆம். சுமார் 2000 ஆண்டுகளுக்கு முன்பே, நீதிமன்றங்கள் இல்லாத போதும், தீர்ப்பாயங்கள் இல்லாத போதும், குற்றங்கள் குறைந்த அளவே இருந்திருக்கிறது. ஆனால் இன்றைக்கு நீதிமன்றங்களின் எண்ணிக்கை அதிகமாக இருந்தாலும் நீதிமன்றங்களில் குற்ற வழக்கின் கட்டுகள் நிரம்பி வழிகிறது என்பது வருந்த வேண்டிய விடயம்.

தமிழ் பண்பாட்டின் ஒழுக்க நடைமுறைகளுக்கும் உயரிய அறத்திற்கும் வித்திட்டவர் அன்றைய தமிழ்க் குடியில் பிறந்த ஒரு பேரறிவாளர், ஞானச்சுடர் வள்ளுவ மாலையை கோர்த்து தந்த ஐயன் திருவள்ளுவர் என்பது நாம் அனைவரும் அறிந்த உண்மையே. இன்றைக்கு குடும்பச் சட்டம், நிர்வாகச் சட்டம், குற்றவியல் சட்டம், உரிமையியல் சட்டம் என்று பல வகையான சட்டங்கள் இருக்கிறது. ஆனால் அன்றைக்கு திருவள்ளுவர் தனது முப்பாலில் அறம், பொருள், இன்பம் என மறை வகுத்து மானுட சமூகத்தை நெறிப்படுத்தினார். அதனால் தான் அன்றைக்கு குற்றங்கள் அதிக அளவில் இல்லை போலும்.

இன்றைக்கும் திருக்குறள் இருக்கிறது. ஆனால் அதற்கான மனனம் செய்யும் இடத்தைத் தான் சினிமா பாடல்கள் பிடித்து கொண்டது என்பதுதான் கேலிக்கூத்து. சட்டத்திற்கு வருவோம். இன்றைக்கு ஆட்சியாளர்கள் எத்தகைய ஆட்சி செய்ய வேண்டும் என்பதை அன்றைக்கு இப்படியாக கூறுகிறார் வள்ளுவர்.

குடிபுறம் காத்தோம்பி குற்றம் கடிதல்

வடுவன்று வேந்தன் தொழில். (குறள்-549)

இதன் பொருள் ஒரு மன்னர் தனது குடிமக்களை காப்பதற்காக நீதி வழங்கும் போது,தகுந்த குற்றவாளிகளைத் தண்டிப்பது என்பது மன்னனுக்குப் பழி ஆகாது. அது அம்மன்னருடைய கடமை என்கிறார்.

சரி! அப்படியே, பழமொழி நானூற்றுக்கு வருவோம்.

வெண்குடைக்கீழ் வாழும் குடிகட்கு வேந்தனும்

செங்கோலன் அல்லாக்கால் செய்வதென் பொங்கு

படுதிரைச் சேர்ப்ப மற்று, இல்லையே,

யானை தொடுவுண்ணின் மூடுங் கலம் (பாடல் *391*).

இதன் பொருள் யானையானது ஒரு பொருளை தொட்டு உண்ண நினைத்து விட்டால் அதை மூடி வைக்க எவ்வித பாத்திரங்களும் இல்லை என்பது போல ஒரு மன்னன் தவறு இழைக்க நினைத்து விட்டால் அதை யாரால் தடுக்க முடியும்? என்று கூறுகிறது.

சரி அப்படியே மனுநீதிச் சோழனை பற்றி பார்ப்போமா?

சிலப்பதிகாரத்தின் வழக்குரைகாதையில், கண்ணகி தனது வாத்த்தில்,

வாயிற் கடைமணி நடுநா நடுங்க

ஆவின் கடைமணி உகுநீர் நெஞ்சு சுடத் தான் தன்

அரும்பெறற் புதல்வனை ஆழியின் மடித்தோன்

பெரும் பெயர்ப் புகார் என் பதியே!

என மனுநீதிச் சோழனின் வரலாற்றைக் கூறுகிறாள். ஆம், தன் மகனின் தேர்க்காலில் விழுந்து இறந்த கன்று குட்டியின் மரனத்திற்காக தாய் பசு, நீதி கேட்டு அரண்மனை வாயிலில் இருந்த ஆராய்ச்சி மணியை அடித்த போது அதற்கு ஈடாக தன் மகனையே தேர்க்காலில் இட்டு கொன்றான் மனுநீதிச் சோழன் என்பதே வரலாறு. இன்றைக்கு இந்திய அரசியலமைப்பின்படி சட்டத்தின் முன் அனைவரும் சமம் என்பதை 2000 ஆண்டுகளுக்கு முன்பே நம் தமிழ் கலாச்சாரம் கண்டுவிட்டது என்பது பெருமைக்குரியது. இவரின் புகழுக்கு ஆதாரமாக சென்னை உயர்நீதிமன்றத்திலும் மற்றும் சில மாவட்ட நீதிமன்றங்களிலும் மனுநீதி சோழனின் சிலை நிறுவப்பட்டுள்ளது என்பது இந்த வரலாற்றின் சில சான்றுகள் ஆகும்.

சரி! அப்படியே நாம் சிலப்பதிகாரத்திற்கு வருவோம்.

இளங்கோவடிகள் இயற்றிய இக்காப்பியம் பாண்டிய மன்னனின் தவறான நீதியை சுட்டிக்காட்டி கண்ணகி தன் கால் சிலம்பை உடைத்த பொழுது, சிலம்புப்

பரல்கள் பாண்டிய மன்னனின் முகத்தில் தெறித்து தான் தவறான நீதியை வழங்கி விட்டோம் என்பதனை அறிந்த உடனேயே அம்மண்ணன் "**யானோ அரசன் யானே கள்வன்**" எனக் கூறியபடியே, தன் உயிரை விடுகிறான். அறம் தவறிவிட்டால், நீதி தவறிவிட்டால் உயிர் பிரியும் அளவிற்கு அன்றைய மன்னர்கள் திகழ்ந்து இருக்கிறார்கள் என்பது வரலாற்றுச் சான்றாக இக்காப்பியத்தில் குறிப்பிடப்பட்டுள்ளது.

இப்படி கூறிக் கொண்டு சென்றால், பக்கங்கள் போதாது, இத்தகைய நீதி நடைமுறைகளை வைத்து வகுத்து வாழ்ந்த தமிழ்க் குடி இன்றைக்கு மேலைநாட்டு நீதி சொலவடைகளை(*Legal Maxims*) மேற்கோள்காட்டி நீதி பெறுகிறது என்பது சற்று வருத்தம் தான்.

நான் இங்கு வரையறுத்தது வெறும் தமிழ் குடியின் பண்பாட்டை மட்டுமே! இந்தியாவில் இன்னும் பிற பண்பாட்டின் நீதி நடைமுறைகளின் வரலாறுகளும் உண்டு.

நிகழ்காலத்திற்கு வந்து விடுவோம். இன்றைக்கு உலகில் உள்ள நாடுகள் அனைத்திலும் சட்டம் என்று பார்த்தால் ஒவ்வொரு நாடும் தனக்கான உள்நாட்டு சட்டங்களை வகுத்துள்ளது.

அதன்படி, முதலில் ஒரு நாட்டின் இறையாண்மையை காக்கும் சட்டமான "அரசியல் அமைப்புச் சட்டம்", இதை தாய் சட்டம் என்றும் குறிப்பது உண்டு.

இச்சட்டத்தை அடித்தளமாக வைத்தே, பிற அனைத்து சட்டங்களும் இயற்றப்படுகின்றன.

எடுத்துக்காட்டாக எந்த ஒரு சட்டம் அரசியலமைப்புச் சட்டத்தின் விதிமுறைகளை மீறுகிறதோ அச்சட்டம் செல்லத்தக்கது அல்ல என்று உறுப்பு 13 இல் குறிப்பிடப்பட்டுள்ளது.

அரசியலமைப்புச் சட்டம் என்பது முழுவதும் மாற்ற முடியாத ஒரு அடிப்படைச் சட்டம் ஆகும். அதைத் திருத்தம் செய்ய முடியுமோ தவிர, அதை முழுவதுமாக நீக்கல் ஆகாது. அப்படிப்பட்ட நமது அரசியல் அமைப்புச் சட்டத்தில்தான் பகுதி மூன்றில் குடிமகனுடைய அடிப்படை உரிமைகள் கூறப்பட்டுள்ளது. அடிப்படை உரிமையா அது என்ன? ஆம்! ஆதி மனிதர்களாக இருந்தபோது நாம் எதை வேண்டுமானாலும் செய்திருக்கலாம். ஆனால் நூல் குறிப்பில் கூறியது போல மக்களாட்சி என்று வந்தபின் சட்டம் குடிமகன் ஒவ்வொருவரும், எதை செய்ய வேண்டும்? எது நம் உரிமை? எது அடிப்படை உரிமை? என தீர்மானிக்கிறது.

இந்திய அரசியலமைப்புச் சட்டத்தை பார்த்தோமானால், உலகிலேயே மிக நீண்ட அரசியலமைப்புச் சட்டம் நம்முடையதுதான். அதன் பெருமைக்கு சொந்தக்காரரர் அண்ணல்.அம்பேத்கரும் அவரது அரசியலமைப்பு குழுவும் தான்.

இந்திய அரசியலமைப்புச் சட்டத்தில் பகுதி மூன்றில் இந்திய குடிமகனுக்கான அடிப்படை உரிமை வகுக்கப்பட்டுள்ளது. எடுத்துக்காட்டாக உறுப்பு 19 பேச்சு, எழுத்து, கருத்து சுதந்திரம் மற்றும் இந்திய எல்லைக்குள் கூடுவதற்கு, நகர்வதற்கு, தங்குவதற்கு, தொழில்

செய்வதற்கு மற்றும் சில உரிமைகளும், சில கட்டுப்பாடுகளுடன் வழங்கப்பட்டுள்ளது.

உறுப்பு 21 மிக முக்கியமான சுதந்திரமாக வாழும் உரிமையை வழங்குகிறது. சட்டம் பயிலாதோருக்கு ஐயம் வரும். அது என்ன சட்டம் நமக்கு வாழும் உரிமையை தருகிறதா? என்று. இல்லை! அச்சட்டம் எவர் ஒருவர் நம் வாழும் உரிமையை தடுக்க முற்படுகிறாரோ, அப்போது அதை பாதுகாக்கிறது என்பதே அதன் பொருள்.

பகுதி மூன்றில் சம சட்டப் பாதுகாப்பு, தீண்டாமை ஒழிப்பு, குறிப்பிட்ட வேலை வாய்ப்புகளுக்கான பாதுகாப்பு, மத வழிபாட்டு உரிமைகள், கைது தொடர்பான உரிமைகள் மற்றும் சில உரிமைகளையும் வழங்குகிறது.

இத்தகைய உரிமை, அரசோ அல்லது பிறரோ செய்யும் செயலால் பாதிக்கிறது என்றால், உறுப்பு 32 மற்றும் 226 இன் கீழ் உச்ச நீதிமன்றம் மற்றும் உயர்நீதிமன்றத்தில் நீதிப்பேராணை மனுக்கள் தாக்கல் செய்து, நாம் அதற்கான தீர்வுகளை பெற்றுக்கொள்ளலாம்.

பகுதி நான்கில் அரசுகளுக்கான நடைமுறை விதிகளையும்,கடைபிடிக்க வேண்டிய கட்டாய கடமைகளையும் வழங்கியுள்ளது. இந்திய அரசியலமைப்பில் 22 பகுதிகள் இருப்பினும், இதயத்துடிப்பாக விளங்கும் பகுதிகள் மூன்றும், நான்கும்தான்.

குற்றவியல் சட்டங்கள்:-

குற்றவியல் சட்டங்களானது தண்டனைச் சட்டங்கள், நடைமுறைச் சட்டங்கள், சிறப்பு குற்றங்களுக்கான சட்டங்கள், என வகைப்படுத்தப்பட்டுள்ளது. குற்றவியல் சட்டங்களின் நோக்கம், சமுதாயத்தில் சட்டமானது குற்றம் என கருதும் செயல்களில் ஈடுபடுவோரை சிறை மற்றும் இன்னும் பிற தண்டனைகள் மூலம் தண்டித்து அவர்களை திருத்துவதே அதன் நோக்கம் ஆகும்.

உரிமையியல் சட்டம்:-

குடிமக்களின் உடமைகளைப் பாதுகாக்க, உரிமையியள் சட்டங்கள் இயற்றப்பட்டுள்ளது. இதில் குடிமக்களின் சொத்துக்கள் மற்றும் உடமைகள் பாதிக்கப்படுமானால் உரிமையியல் நீதிமன்றதை நாடி அதற்கான தீர்வுகளை அவர்கள் பெற்றுக் கொள்ளலாம்.

குடும்ப நலச் சட்டங்கள்:-

குடிமக்களின் திருமணம் சார்ந்த நடைமுறைகள், விவாகரத்துக்கான சட்டங்கள்,தத்தெடுப்பு சட்டங்கள் மற்றும் சிலவற்றை குடும்ப நல சட்டங்களாக இயற்றப்பட்டுள்ளது. இது அந்தந்த மதங்களுக்கு ஏற்ற வாரு அமையப்பெற்றுள்ளது.

அரசு மற்றும் ஆட்சியாளர்களுக்கான சட்டங்கள்:-

இச்சட்டங்கள் அரசினுடைய நடைமுறைகள் மற்றும் சில முக்கிய பொறுப்புப் பிரிவுகள் மற்றும் ஊழல் ஒழிப்புச் சட்டங்கள் என அரசாங்கத்தின் நிர்வாக நடைமுறைகளுக்கான சட்டங்களாக வகுக்கப்பட்டுள்ளது.

சுற்றுச்சூழல் சட்டம் :-

இயற்கை வளங்களையும் மற்றும் பாதுகாக்க வேண்டிய வனவிலங்குகளையும் பாதுகாப்பதற்காக, சுற்றுச்சூழல் சட்டம் வழி வகை செய்யப்பட்டுள்ளது.

இப்படி எண்ணற்ற சட்டங்கள் நம் இந்திய திருநாட்டில் நமக்கான பாதுகாப்பையும் உரிமைகளையும் அரசுக்கான கடமைகளையும் வழங்குகிறது.

இத்தனை சட்டங்களும் காவல்துறைக்கோ அல்லது நீதிபதிகளுக்கோ அல்லது வழக்குரைஞர்களுக்கோ அல்லது அரசுகளுக்காகவோ மட்டுமே இயற்றப்பட்டது அல்ல. மக்களாகிய நமக்காகவே இச்சட்டங்கள் என்பதை நாம் உணர வேண்டும். அதை நாம் சரியான முறையில் அணுகி அதற்கான வாதம் செய்தால் எத்தகைய மாற்றங்களையெல்லாம் நிகழ்த்த முடியும் என்பதை ஒவ்வொன்றாக பார்ப்போமா!?

2. நீதிக்கு தேவை சட்டமா? வாதமா?

நம் ஆதியிலிருந்து, அந்தம் வரை சட்டத்தின் கருப்பொருளையும், அதன் நோக்கத்தையும் பார்த்தோம். என்னுடைய பார்வையில் "சட்டம்" என்பது நம்முடைய உரிமையையோ அல்லது அரசின் கடமையையோ, எந்த ஒரு நிகழ்வு சற்று உரசி பார்க்கிறதோ அவ்வப்பொழுது அதை மீட்டெடுக்க, அதை பாதுகாக்க, அதை செயல்படுத்த

நீதிமன்றம் தேடி செல்ல பயன்படும் ஒரு காரணி மட்டுமே ஆகும்.

"பந்தியில் வேண்டாம் என்கின்றவன் இலை ஓட்டை, ஓட்டை என்பானாம்" எனும் சொலவடை, நம் உள்ளூர்களில் வயதானவர்கள் கூற கேட்டிருப்போம். அதன் பொருள் பந்தி பரிமாறும் போது ஒருவனை நீ பந்திக்கு வராதே என்று கூறிவிட்டனராம். ஆனால், அவனோ அங்கே பாருங்கள் அந்த இலை ஓட்டை, இங்கே பாருங்கள் இந்த இலை ஓட்டை என்றானாம். ஆக பந்திக்குத் தொடர்பு இல்லாத அவன், ஏன் அதை சொல்ல வேண்டும் என்பதுதான் அதன் கருப்பொருள்.

அதுபோலத் தான் நீதிமன்றமும், ஒரு வழக்கு தொடர வேண்டுமானால் அல்லது அவ்வழக்கில் சாட்சி சொல்ல வேண்டுமானால், அவருக்கும் அந்த வழக்கிற்கும், குறிப்பிட்ட குற்றத்தை குற்றமென வகுக்கும் சட்டத்திற்கும் ஒரு தொடர்பு காரணி இருக்க வேண்டும். அத்தகைய தொடர்பு காரணி இல்லை என்றால், எவரொருவரும் நீதிமன்றத்தை நாட முடியாது.

உதாரணமாக ;

என் பக்கத்து வீட்டுக்காரரர் சொத்தில் கோளாறு என்று நான் வழக்கு தொடர இயலாது. என்னுடைய உறவினர் ஒருவரை, யாராவது ஒருவர் அவதூறாக பேசி விட்டார்கள் என்று, அவர் மீது என்னால் அவதூறு வழக்கு தொடர முடியாது. அதைத்தான் நாம் தொடர்பு காரணி என்கின்றோம்.

வழக்கின் பதம் ;

நாம் எந்த ஒரு நீதியைக் கேட்டு நீதிமன்றத்திற்கு செல்கின்றோமோ, அந்த குறிப்பிட்ட நிகழ்வை சட்டம் வரையறுத்திருக்க வேண்டும். அதற்கான நிவாரணங்களையும், தண்டனைகளையும், அந்தச் சட்டம் வழங்கியிருக்க வேண்டும்.அது மட்டுமல்லாமல் வழக்குத் தொடுப்பதற்கான சாத்திய கூறுகளும் அவ்வழக்கில் இருக்க வேண்டும்.

உதாரணமாக ;

1) இந்திய அரசியலமைப்பில் உறுப்பு *21* என்பது வாழ்வதற்கு உண்டான அடிப்படை உரிமை, அதை வைத்துக்கொண்டு ஞாயிற்றுக்கிழமை பருப்பு குழம்பு வைத்து விட்டார்கள் என்பதற்காக உணவு உண்பதற்கான வாழ்வாதார உரிமை பாதிக்கப்பட்டு விட்டது என்று தன் தாயின் மீது வழக்கு தொடர இயலாது.

2) கொடுங்காயம் என்பது "பாரதிய நியாய சங்கித்தா" சட்டப்படி குற்றம் தான், ஆனால் கூட்டம் நிறைந்த பகுதிக்கு தானாக விருப்பப்பட்டு சென்று விட்டு, அங்கு யாரோ, தன் காலை மிதித்து விட்டார்கள், அதனால் எனக்கு கொடுங்காயம் ஏற்பட்டு விட்டது, என்று வழக்கு தொடர இயலாது.

இப்படி சட்டத்தின் காரணியையும், வழக்கின் பதத்தையும் ஒரு சேர வைத்து தொடர்ந்த சில வழக்குகள் திறன்மிகு வாதத்தால் நிலையற்றுப் போகும்.

ஆம். டிசம்பர் 21, 2017 அன்று முன்னாள் மத்திய தொலைத் தொடர்பு அமைச்சராக இருந்த, தமிழ்நாட்டைச் சேர்ந்த தற்போதைய நாடாளுமன்ற உறுப்பினர் மற்றும் 15 பேர் மீது 2ஜி அலைக்கற்றை ஊழல் வழக்கு தொடரப்பட்டு டெல்லியில் உள்ள சி.பி.ஐ சிறப்பு நீதிமன்றத்தில் நீதிபதி.சைனி அமர்வு முன், இறுதி விசாரணைக்கு வந்தது.

இவ்வழக்கின் இறுதிவாதத்தில் குற்றத்தை நிரூபிக்கும் வகையில். வழக்கு தொடுத்த சி.பி.ஐ அதிகாரிகள், குற்றம் சாட்டப்பட்டவர்களுக்கு எதிராக, எந்த ஒரு நேரடி ஆதாரங்களையும், நீதிமன்றத்தின் முன் சமர்ப்பிக்க முடியாத காரணங்களால் வழக்கு சற்று ஆட்டம் கண்டது. அப்போது குற்றம் சாட்டப்பட்ட முன்னாள் தொலைதொடர்பு மத்திய அமைச்சர் தன் மீதான குற்றத்தை போக்க, தானே நீதிமன்றத்தில் ஆஜராகி திறம்பட வாதம் செய்தார். அவரின் வாதத்திற்கு வலு சேர்க்கும் விதமாக கீழ்க்கண்ட மேற்கோள் கதையையும் கூறினார்.

"கண்பார்வையற்ற நான்கு பேர் ஒரு யானையை தொட்டுப் பார்த்து விளக்கினராம்.

அதில் ஒருவர், காதை தொட்டுப் பார்த்துவிட்டு முறம் போன்று உள்ளது என்றும்,

ஒருவர் வாலைத் தொட்டு பார்த்துவிட்டு கயிறு போன்று உள்ளது என்றும்,

ஒருவர் காலைத் தொட்டுப் பார்த்து தூண் போன்று உள்ளது என்றும்,

ஒருவர் உடலைத் தொட்டு பார்த்து சுவர் போன்று உள்ளது என்றும், கூறினார்களாம்.

இதைப்போல் தான், முன்னுக்குப் பின் முரணான சங்கதிகளையும், எந்த ஒரு நேரடி ஆதாரமும், இல்லாமல், கிடைத்தவற்றை வைத்து, தங்கள் மீது பொய் வழக்கு போடப்பட்டுள்ளது என்று அவர் வாதாடினார். அன்று அவர் செய்த வாதம் நீதிமன்றத்தையே நகைச்சுவையிலும், ஆச்சரியத்திலும் ஆழ்த்தியது. அதுமட்டுமல்லாமல், அந்த வழக்கிலிருந்து அந்நீதிமன்றம் அவர்களை, குற்றமற்றவர்கள் என்று விடுவித்தது.

இதிலிருந்து அறிய வேண்டிய ஒன்று என்னவென்றால், எவ்வளவு கடினமான வழக்காயினும் முறையாக, திறமையோடு, உரிய சூழ்நிலைக்கு ஏற்ப வாதத்தை வடிவமைத்து, நீதியை கோரினால் "நீதி நம் வசம்".

"வாய் உள்ள புள்ள பொழச்சிக்கும்"

-உள்ளூர் சொலவடை

3. இறுகிய பூட்டின் விடுவிக்கும் சாவி

"கவிதையே தெரியுமா, என் கனவு நீதானடி" என்ற திரைப்பட பாடல் மிகவும் பிரபலமான ஒன்று. அதை நினைவு படுத்தினாலே கதாநாயகன் தன் காதல் கதாநாயகியை, அவரின் வீட்டின் ஓட்டுக் கூரையை

பிரித்துக்கொண்டு, மேலிருந்து கயிறு கட்டி வீட்டினுள் இறங்கி, தன் காதலியை கண்டு தன் காதலை வெளிப்படுத்துவார். இன்றைக்கு அப்படியெல்லாம் நடக்கக்கூடாது என்பதனால் தான், தார்சு வீடுகள் கட்டப்படுகிறது போலும்.

சரி! இப்போது இது எதற்கு? என கேட்கும் உங்கள் குரலை நான் அறிவேன். ஆம். காதல்! காதலுக்கு விளக்கம் வேண்டுமானால், கவிஞர்கள் அனைவரின் கவிதைகளும் உள்ளது, ஆனால், எவராலும் அதனின் உணர்வை சரியாக விளக்க முடியவில்லை என்பதே நான் உணரும் உண்மை.

நாம் முன்பு பார்த்திருப்போம் அரசியலமைப்பு குடிமக்களுக்கு வழங்கும், சில அடிப்படை உரிமைகளை, அதில் காதல் என்பது எதன் கீழ் வரும்? ஆம் சரியாக சிந்தித்தீர்கள்!

அரசியலமைப்பின் உறுப்பு 21 "சுதந்திரமாக வாழ்வதற்கு உண்டான உரிமை".சரி! அரசியலமைப்பு வழங்கும் வாழ்க்கைக்கான உரிமையை ஒரு முக்கிய பங்காக கொண்டுள்ள இக்காதலை, எவர் பறிப்பார் என்று கேட்கக்கூடும். ஐயம் வேண்டாம் பெற்று வளர்த்த பெற்றோர்தாம்.

காதலுக்கு பொதுவாக எழும் எதிர்ப்பின் காரணம் (சாதி, மதம், இனம், செல்வாக்கு) என்று கடந்த நூற்றாண்டுகளில் பார்த்திருப்போம். அதனால் பல ஆணவ படுகொலைகளும் நிகழ்ந்து இருக்கிறது, என்பதே அதற்குச் சான்று.

ஆனால் இந்த நூற்றாண்டில் புதிதாக ஒரு எதிர்ப்பின் காரணம் உருவெடுத்துள்ளது. "பாலினம்" ஆம்! காதலுக்கு விளக்கம் சொன்ன எந்த கவிஞரும், இதனோடு முரண்படாமல் போனதால்தான் கூறினேன் காதலுக்கு எவரும் சரியான விளக்கம் தரவில்லை என்று.

சரி! சட்டத்திற்கு வந்து விடுவோம், மேற்குறிப்பிட்ட பாலினத் தேர்வு எனும் அடிப்படையில் ஒரே பாலினத்தைச் சேர்ந்த இருவரின் காதலுக்கு எதிர்ப்பு தெரிவித்த தனது பெற்றோரால், தனது வீட்டில் அடைத்து வைக்கப்பட்ட பெண்ணை. விடுவிக்க கோரிய காதலர்களின் வழக்கு கடந்த 22.05.2025 அன்று மாண்புமிகு நீதிபதி ஜி.ஆர்.சுவாமிநாதன் அவர்களின் தலைமையில் ஆட்கொணர்வு நீதிப்பேராணை மனுவாக சென்னை உயர்நீதிமன்றத்திற்கு வந்தது.

வழக்கின் மூலம்:

தன்பாலின சேர்க்கையில், காதல் கொண்ட தனது தோழியை அவரது பெற்றோர்,அவரது வீட்டில் அடைத்து வைத்துள்ளனர், என்று "ஆட்கொணர்வு மனு" தொடரப்பட்டது.

அதனை விசாரித்த மாண்பமைப் பொருந்திய நீதிமன்றம். தனது பெற்றோரால் வீட்டில் அடைத்து வைக்கப்பட்ட பெண்ணை, நீதிமன்றத்தின் முன் அழைத்து வர காவல்துறைக்கும் மற்றும் அவரது பெற்றோருக்கும் உத்தரவிட்டது.

குறிப்பு : ஆட்கொணர்வு மனு தாக்கல் செய்யப்பட்டு, நீதிமன்றத்தால் உத்தரவிடப்பட்டால் அடுத்த 24 மணி நேரத்திற்குள் நீதிமன்றத்தின் முன் குறிப்பிட்ட நபரை உயிரோடோ அல்லது பிணமாகவோ சமர்ப்பிக்க வேண்டும். பெரும்பாலும் இத்தகைய உத்தரவு, காவல் அலுவலர்களுக்கு பிறப்பிக்கப்படும் (காவல் நிலைய கொலைகள் தொடர்பாக).

அப்படி விதிக்கப்பட்ட இவ்வழக்கின் ஆணையின்படி, அப்பெண்ணை அவர்களது பெற்றோர் நீதிமன்றத்தின் முன் சமர்ப்பித்தனர். நீதிபதி அவர்கள், தனி நீதிபதி அறையில், முன் தீர்ப்புகளின் நிபந்தனைகளுக்கு உட்பட்டு, அப்பெண்ணிடம் விசாரணையை மேற்கொண்டார்.

அந்த விசாரணையில், அப்பெண்ணின் பெற்றோர் தங்களது தரப்பு வாதத்தை கூறினர் ,அதாவது, திருமணம் என்பது ஆண் மற்றும் பெண் என இணை சேர்ந்தால் தான், அதன் நோக்கம் நிறைவு பெறும். இல்லையென்றால் திருமணம் எனும் பொருள்படாது. ஆகையால், நான் என்னுடைய மகளுக்கு நல்ல மணமகனை திருமணம் செய்து வைக்க விரும்புகிறேன் என்று கூறினர்.

சம்மந்தப்பட்ட பெண்ணிடம் விசாரித்தபோது, அப்பெண் தனக்கு அந்த பெண்ணோடுதான் சேர்ந்து வாழ விருப்பம் எனக் கூறினார்.

இவை அனைத்தையும் விசாரித்த நீதிமன்றம் இதற்கு முன் உச்ச நீதிமன்றத்தால் வழங்கப்பட்ட முன் தீர்ப்புகளும் மற்றும் வழக்கின் சூழ்நிலைகளும் ஒருசேர

ஒப்பிட்டு, வாழ்க்கையில் தன் துணைவரின் தேர்வு என்பது அவரவரின் வாழ்க்கை வாழ்வதற்கான அடிப்படை உரிமை என கூறியும், அதில் பெற்றோர்கள் தலையிட மற்றும் தங்கலாகாது என்று தீர்ப்பளித்தது.

எப்போதும் போல காதல் விவகாரம் என்றால், இளையவர், குழந்தை எனக் கண்டு, பெண் *18* மற்றும் ஆண் *21* வயதிற்கும் மேற்பட்டோர், தனது துணையை தேர்ந்தெடுக்கலாம் என குழந்தை திருமணச் சட்டப்படி, நாம் அனைவரும் அறிந்திருப்போம்.அதுவே இவ்வழக்கிலும் சிறிது வித்தியாசமாக நடந்துள்ளது.

எனவே, விருப்பத்திற்கு மாறாகத் தனது மகள் காதல் செய்கிறாள் என்று, தனது மகளை அடைத்து வைத்த பெற்றோரிடம் இருந்து, மீட்டெடுத்து, மீண்டும் தன் விருப்பப்பட்ட காதல் துணையோடு சேர்த்து வைத்தது இந்த வழக்கு தொடுத்தவரின் “வாதமும்” இந்த அரசியலமைப்பின் “அடிப்படை உரிமையும்” தான்.

"இறுகிய பூட்டையும் விடுவிக்கும் சாவி இந்த சட்டம்"

4. சம்மதம் வேண்டாம்?

தமிழ் திரைப்பட பாடல் ஒன்றில் குடையாக நான் வருவேன் சம்மதமா சம்மதமா" என்ற வரிகள் காதலர் அனைவரும் இரசிக்க கேட்டிருப்போம். சம்மதம் என்ற சொல் எதிரே இருப்பவரின் நிலையை ஒரு குறிப்பிட்ட செயலுக்கு தானாக இசைய வைப்பது, என்ற பதத்தை தருகிறது.

இவ்வுலகில் ஒப்பந்தம் என்று வந்து விட்டால் முதலில் கேட்பது சம்மதம்தான். நமது உள்ளூர்களில் மாட்டு விற்பனையில் துண்டைப் போட்டு விரலை பிடித்து விலை பேசினாலும், வியாபாரி தன் தலையை ஆட்டி சம்மதம் தெரிவித்தால் தான், வியாபாரம் முடிவடையும். அதுபோல்தான் சட்டத்தில் சில சம்மதங்களும்.

ஒப்பந்த சட்டத்தில் பிரிவு 13 மற்றும் 14 ல் எந்த ஒரு ஒப்பந்தமும் கட்டாயப்படுத்தாமல் பெறப்பட்ட சம்மதத்தோடு நிறைவேற்றினால் தான் அவ்வொப்பந்தம் செல்லும் என்கிறது. ஆனால் இந்த சம்மத கோட்பாடுகளில், அரசுகளுக்கும், குடிமக்களுக்கும் இடையில் உள்ள சம்மதத்திற்கு சிறிய விளக்குகள் இங்கு வரலாற்றின் அடிப்படையில் வழங்கப்பட்டுள்ளன.

ஆம். நில உரிமை தான் அது!. நிலம் என்பது தனிமனிதனின் வாழ்க்கையில் அடிப்படை தங்குமிடமாகவோ அல்லது புண்ணிய தொழிலான விவசாயத்திற்கோ அல்லது இன்ன பிற செயல்களுக்கோ மனிதனால் பாதுகாத்துக் கொள்ளப்படுகிறது.

தமிழ் குடியில் நாகரிகம் தோன்றியபோது குறிஞ்சியில் தொடங்கி முல்லை கடந்து மருதம் வந்த மக்கள் ஆடு, மாடுகளையே செல்வமாக கருதினர். பின்னர் உழவுத் தொழில் மூலம் நிலங்களும் அவரவர் செல்வமாக கருதப்பட்டது. அன்றாட பயன்பாடாக இருந்த நிலம் என்றைக்கு செல்வத்தின் அடையாளமாகவும் மற்றும் வியாபாரத்தின் விளைபொருளாகவும் மாறியதோ அன்றைக்கே வந்தது விழுந்தது வில்லங்கம்.

மன்னர் ஆட்சியின் பின், ஆங்கிலேயர்கள் இந்நிலப்பரப்பை அடிமைப்படுத்திய போது ,அவர்கள் நிர்வாக தேவைக்காக நில வரிகளை விதித்தனர். அப்போது அந்த வரிகளை, வசூல் செய்ய நிலக்கிழார்களையும், ஜமீன்தார்களையும் நியமித்தனர். காலம் கடந்து நிலங்கள் அவரவர் கைகளிலிலே தங்கிவிட்டது. அதுவே, பின்னர் நில உடமை மற்றும் நில உச்சவரம்பு என உருவெடுக்க காரணம் ஆயிற்று.

சுதந்திரத்திற்கு பின், நம் நாட்டின் சூழ்நிலைக்கு ஏற்ப நிலச் சட்டங்கள் இயற்றப்பட்டது.அதன் பார்வையில் விவசாயம் செய்வதற்கும், தங்குமிடம் ஏற்படுத்திக் கொள்ளவும், நிலம் இன்றைக்கு இன்றியமையாததாக மாறும்பொழுது அது அனைத்து மக்களிடமும் சரிசமமாக (நிலம் இல்லாதவர்களுக்கும் சிறிதளவாவது) கிடைக்கச் செய்வதை இந்த நிலச்சட்டங்கள் நோக்கமாக கொண்டுள்ளது.

ஆங்கிலேயர்கள் சென்ற பின்னர் நமக்கென உருவாக்கிக் கொண்ட சட்டம்தான் நம் நாட்டின் முதன்மை தாய் சட்டமான அரசியலமைப்புச் சட்டம். அதில் உறுப்பு 19(1)(ஜி) உடமைகள் மற்றும் சொத்துக்கள் *(Right to property)* ஒரு அடிப்படை உரிமை என வழங்கப்பட்டிருந்தது.

நாம் முதல் தலைப்பில் கூறியதுதான், அரசியலமைப்பில் உள்ள அடிப்படை உரிமையை, எவராலும் பறிக்க இயலாது மற்றும் அதை மீறும் வகையில் அரசால் இயற்றும் எந்த ஒரு சட்டமும் செல்லாது என்றும்

பார்த்தோம். இதுத்தொடர்பாக கேள்வி எழுப்பும் சிக்கல் ஒன்று நீதிமன்றத்தில் வெடித்தது.

கேரள மாநிலத்தில் நிலம் சம்பந்தமான சீர்திருத்தங்களை கொண்டு வர 1963 ஆம் ஆண்டு நில சீர்திருத்த சட்டம் கொண்டுவரப்பட்டது. அந்த சட்டத்தின் நோக்கம் உபரி நிலங்களை அரசுடமையாக்கி, அதன் பின் நிலம் இல்லாதவருக்கு மறுபகிர்வு செய்தலே ஆகும்.

அப்போது கேரளாவில் மிகப் புகழ்பெற்ற "எட்னீர் மடத்தின்" (Edneer Mutt) அப்போதைய தலைவராக இயங்கிய கேசவனந்த பாரதியிடம், அவர் மடத்தின் உபரி நிலங்களை ஒப்படைக்க கேரளா அரசு இச்சட்டத்தின் கீழ் அறிவிப்பு செய்தது.

அதனை எதிர்த்து அக்டோபர் 31, 1972-ல் மாண்பமை உச்ச நீதிமன்றத்தில்,புதிதாக இயற்றப்பட்ட நில சீர்திருத்த சட்டம் தன்னுடைய நிலத்திற்கான அடிப்படை உரிமையை மீறுகிறது என்றும் மற்றும் தன்னுடைய மத உரிமையையும் இச்சட்டம் மீறுகிறது என்றும் நீதிப்பேராணை மனு ஒன்றை தாக்கல் செய்தார். அடிப்படை உரிமையை மீறுவதனால் இச்சட்டத்தை ரத்து செய்யக்கோரி, இவ்வழக்கு நீதிமன்றத்தை நாடியது.

இந்திய நீதித்துறை வரலாற்றிலேயே 13 நீதிபதிகள் கொண்ட அரசியலமைப்பு அமர்வு முதன்முதலில் இவ்வழக்கில் தான் அமைக்கப்பட்டது.

வழக்கின் எழுவினா? (சுருக்கமாக)

1) இச்சட்டத்தின் செல்லுபடித்தன்மை?

2) இந்திய அரசியலமைப்பின் அடிப்படை உரிமைகளை, உறுப்பு 368 இன் கீழ் திருத்தம் செய்ய இயலுமா?

தீர்ப்பு:

சுமார் 68 நாட்கள் விசாரணைக்கு பின் ஏப்ரல் 24, 1973 ஆம் ஆண்டு,சுமார் 700 பக்கங்கள் கொண்ட தீர்ப்பு வழங்கப்பட்டது. அதன்படி பாராளுமன்றம் அரசியலமைப்பின் எந்த பாகத்தையும் திருத்திக் கொள்ளலாம். ஆனால், அதன் "அடிப்படைக் கட்டமைப்பு" (Basic structure) பாதிக்கும் வகையில் இருத்தல் ஆகாது என தீர்ப்பு வழங்கியது.

அதனை பின்னிட்டு 19(1)(g) சொத்துக்களுக்கான உரிமை "Right to property", பகுதி III அடிப்படை உரிமையிலிருந்து நீக்கப்பட்டுவிட்டது. தற்போது நில உரிமைகளை அரசியலமைப்பு உரிமையாக உறுப்பு 300A வில் வழங்கப்பட்டுள்ளது.

குறிப்பு :

இதற்கு முன்னர் அடிப்படை உரிமைகளைப் பற்றி திருத்தும் அதிகாரம் குறித்து "சங்கரி பிரசாத் எதிர் இந்திய ஒன்றியம்".

இவ்வழக்கில் பாராளுமன்றம் அரசியலமைப்பின் அனைத்து பகுதிகளையும் உறுப்பு 368-ன் கீழ் திருத்தம் செய்யும் அதிகாரம் உள்ளது, என தீர்ப்பு வழங்கியிருந்தது.

ஆனால் கேசவனந்த பாரதி வழக்கில் அந்த உறுப்பு 368-ன் கீழ் செய்யப்படும் திருத்தம் அரசியலமைப்பின் "அடிப்படை கட்டமைப்பை" பாதிக்கும் வகையில் இருத்தல் ஆகாது என தீர்ப்பு வழங்கியிருக்கிறது.

தற்போது இவ்வழக்கில் இருந்து தாங்களுக்கு உணர்த்தும் உண்மை என்னவென்றால், இனி நிலம் மற்றும் உடைமைகள் ஒரு அடிப்படை உரிமை அல்ல! ஆக, அதை கோரும் நம்முடைய உரிமையும் அரசின் நிர்வாக நலனுக்காக சற்றே குறைக்கப்பட்டு விட்டது.

"எமினென்ட் டொமைன் கோட்பாடு " - இதன்படி மக்களின் நலனுக்காக கட்டாய அபகரிப்பு என்பது சட்டப்படி சரியே என்கிறது.

எடுத்துக்காட்டாக :

"கோ" என்ற நபருக்கு சொந்தமான நிலத்தின் வழியாக ஒரு தொடர்வண்டி பாதை அமைக்க அரசு திட்டமிட்டுள்ளது என்றால், அதற்கு அவர் மறுப்பு சொல்ல இயலாது. ஏனென்றால் அந்த தொடர்வண்டி பாதை என்பது அதிகப்படியான மக்களுக்கு நலன் பயக்கும் என்ற அடிப்படையில் அது சரியே.

அரசு தன் நல திட்டங்களுக்காக நிலங்களை பறித்தால் சம்மதம் அவ்வளவு முக்கியமானவை அல்ல, என்பது நம்மால் உணர முடியும் இருப்பினும் "நில அபகரிப்பு மற்றும் மறுவாழ்வு" சட்டங்களின் கீழ் நம்மால் மாற்று இடம் அல்லது நிவாரணம் பெற இயலும்.சில சமயங்களில் சூழ்நிலைக்கு ஏற்ப, நிலத்தை வழங்க

மறுப்பும் தெரிவிக்கலாம். இதுவே நிலம் சம்பந்தப்பட்ட உரிமைக்கான நம்முடைய தற்போதைய நிலை.

வெற்றியோ! தோல்வியோ! உடமை என்பது என்னுடைய அடிப்படை உரிமை என கேசவனந்த பாரதி ஒட்டுமொத்த அரசியலமைப்பையுமே நீதிமன்றத்தின் முன் நிறுத்தி அவர் எடுத்து வைத்த "வாதம்" தான் இன்றைக்கு ஒரு சில நிலம் தொடர்பான நிவாரண மற்றும் மாற்று ஏற்பாடு சட்டங்களை வழங்கியுள்ளது எனலாம்.

"உடமை உனதாயினும் சம்மதம் வேண்டாம்"! -

அரசு

5. கள்ள உறவு ஒரு உரிமையா?

பழம்பெரும் தமிழ் பாடல் ஒன்றில் "உச்சி வகுடெடுத்து பிச்சிப்பூ வச்சக் கிளி பச்சமல பக்கத்துல மேயுதுனு சொன்னாங்க", என்ற வரிகளை நினைத்தாலே சிந்தனைக்கு வருவது திருமணம் கடந்த உறவு தான். கலவிக்காக திருமணமா?, இல்லை திருமணத்திற்காக கலவியா? என்ற வினா படுத்தும் பாடு, பெரும்பாடு. இருமணம் இணைந்து புரிவது திருமணம், என்பார்கள்.

ஆனால் அதில் ஒரு மனம் வேறு மனம் தேடி ஊடல் கொள்ள சென்றாள் சமூகம் எழுப்பும் கேள்வி, பேசும் பேச்சு, என சொல்லவொண்ணா பல இன்னல்களை சந்திக்க நேரிடும்.

பல நூற்றாண்டுகளாக திருமணம் பற்றிய நடைமுறைகளையும் மற்றும் இன்றைய சமுதாய கூறுகளையும் ஒருங்கே அமைத்து அவரவர் மதத்தின் அடிப்படையில் திருமணம் என்ற அங்கீகாரம் பெறுவதற்கு, இந்து, கிறித்துவ, இஸ்லாமிய மற்றும் சிறப்பு திருமணசட்டங்கள் என திருமணச் சட்டங்கள் வரையறுக்கப்பட்டுள்ளன.

எவரொருவர் இச்சட்டங்களின் கீழ் உள்ள நிபந்தனைகளுக்கு உட்பட்டு திருமணம் செய்து, அத்திருமணத்தை பதிவு செய்து சான்றிதல் பெருகிறார்களோ, அதையே நாம் சட்ட அங்கீகாரம் பெற்ற திருமணம் என்கிறோம்.

அப்படியானால் பதிவு செய்யாத திருமணங்களின் நிலை?, கவலை வேண்டாம் அதுவும் முறையான திருமணங்கள்தான். ஆனால் அத்திருமணம் அங்கீகரிக்கப்பட்ட வயது வரம்பில் இருக்க வேண்டும் மற்றும் திருமணத்திற்கான சாத்தியக்கூறுகளும் அதில் அடங்கியிருக்க வேண்டும்.

எடுத்துக்காட்டாக :

இந்து திருமண சட்டத்தின், பிரிவு 5 இன் கீழ் உள்ள நிபந்தனைகள் :-

1. திருமணத்தின் போது மணமகன் *[*இருபத்தொரு*]* வயதையும், மணமகள் *[*பதினெட்டு*]* வயதையும் பூர்த்தி செய்திருக்க வேண்டும்.

*2.*இரு தரப்பினருக்கும் இடையிலான திருமணத்தை அவர்களில் ஒவ்வொருவரையும் நிர்வகிக்கும் வழக்கம் அல்லது பழக்கம் அனுமதித்தால் தவிர, அவர்கள் தடைசெய்யப்பட்ட உறவுமுறைகளுக்குள் இல்லாமல் இருத்தல் வேண்டும்.

பிரிவு *7 :* இந்து திருமணத்திற்கான சடங்குகள்.

(1) ஒரு இந்து திருமணம் அதில் இரு தரப்பினரின் வழக்கமான சடங்குகள் மற்றும் சம்பிரதாயங்களின்படி நடத்தப்படலாம்.

(2) அத்தகைய சடங்குகள் மற்றும் சம்பிரதாயங்களில் சப்தபதி (அதாவது, மணமகனும் மணமகளும் புனிதமான நெருப்பின் முன் கூட்டாக ஏழு அடிகள் எடுத்து வைப்பது) அடங்கியிருந்தால், ஏழாவது அடி எடுத்து வைக்கும்போது திருமணம் முழுமையடைந்து சட்டப்பூர்வமாகிறது.

இப்படி இந்து திருமணச்சட்டங்கள் அடிப்படையாகக் கொண்டு இந்து திருமணங்கள் நடைபெற்று வந்தாலும் இந்தச் சட்டத்தின் கீழ் ஒருவருக்கு ஒரு துணைவர் என்றே விளம்புகிறது. எவர் ஒருவர் இந்த வரைமுறையை மீறுகிறாரோ அவர் "பைகாமி" என்ற குற்றத்தில் ஈடுபட்டவராக கருதப்படுவர். அவருக்கு இந்திய தண்டனைச் சட்டத்தின் *(BNS 2023)* கீழ் தண்டனையும் உண்டு.

ஆனால் இஸ்லாமிய திருமணச்சட்டமோ இதிலிருந்து மாறுபட்டு நான்கு மனைவிகள் வரை அனுமதிக்கிறது. இப்படி மதத்தின் அடிப்படையில் திருமணங்களுக்கு நிபந்தனைகள் விதித்து,அதற்கான நடைமுறைகளையும் கையாண்டு வருகிறது நம் நாட்டின் திருமண சட்டங்கள்.

சரி, காரியத்திற்கு வருவோம். திருமணமான தம்பதிகளுக்கு இடையில், ஊடல் கொள்வதில் கசப்பு என்றாலும் அல்லது வேறு எவர் மீதாவது கணவனோ மனைவியோ எல்லை மீறிய காதல் வயப்பட்டாலும், அதனால் திருமணம் வரை செல்ல நோக்கமில்லாமல் வெறும் உடல் இச்சைக்காக ஊடலுக்கு மட்டும் காதல் வயப்படுகிறார்கள் என்றால் அதையே நாம் கள்ள உறவு என்கிறோம்.

அப்படிப்பட்ட கள்ள உறவு என்பது தண்டிக்கக்கூடிய குற்றமாக 2018 ஆம் ஆண்டு வரை,இந்திய தண்டனைச் சட்டத்தில் இருந்து வந்தது. அவ்வாறு அந்த குற்றத்தில் ஈடுபட்டு ஐந்து ஆண்டுகள் சிறைவாசம் பெற்ற "ஜோசப் சைனி" என்ற நபர்,இது தொடர்பாக, நீதிக் கேட்டு மாண்பை உச்ச நீதிமன்றத்தின் கதவை தட்டினார்.

இந்திய தண்டனைச் சட்டம் பிரிவு 497 : கள்ள உறவு (Adultery) தண்டிக்கக்கூடிய குற்றம், என்ற பிரிவானது அரசியலமைப்பு வழங்கிய தன்னுடைய அடிப்படை உரிமைகளை மீறுகிறது. ஆகையால், அடிப்படை உரிமைகளை மீறும் எந்த சட்டமும்/பிரிவோ நிலைக்கத்தக்கது அல்ல என்றும் அதை ரத்து செய்யக் கோரியும் நீதிப்பேராணை ஒன்றை அவர் தாக்கல் செய்தார்.

அந்த வழக்கின் இறுதி விசாரணை செப்டம்பர் 27, 2018 ஆம் ஆண்டு, ஐந்து நீதிபதி கொண்ட அரசியலமைப்பு அமர்வின் முன் விசாரணைக்கு வந்தது.

வழக்கின் எழுவினாக்கள் :

1) இந்திய தண்டனைச் சட்டம் பிரிவு 497, அடிப்படை உரிமைகளை மீறுகிறதா?

2) கள்ள உறவு என்பது உறுப்பு 21, 14, 15 களுக்கு உட்பட்டதா?

தீர்ப்பு:

ஐந்து நீதிபதிகள் கொண்ட அமர்வு செப்டம்பர் 27,2018 அன்று, இந்திய தண்டனைச் சட்டத்தின் பிரிவு 497,இந்திய அரசிரமைப்பின் அடிப்படை உரிமையான உறுப்பு 21 க்கு (சுதந்திரமாக வாழ்வதற்கு உண்டான உரிமை) எதிரானது. தனிமனித வாழ்க்கை சுதந்திரத்தில் ஊடல் கொள்வது என்பது யாராலும் தடுக்க இயலாத ஒன்று. அதுமட்டுமல்லாமல் மனைவி தன் கணவர் சம்மதத்தோடு இன்னொருவருடன் ஊடல் கொள்ளலாம் என்ற விதி முற்றிலும் உறுப்பு 15 மற்றும் 14 க்கு எதிரானது, "women is not a property for husband" பெண்கள் கணவனுக்கான ஒரு உடைமை அல்ல என்றும் தீர்ப்பளிக்கப்பட்டது. ஆதலால் கள்ள உறவு என்பது ஒரு குற்றமல்ல என்றும், ஆனால் திருமண மனமுறிவுக்கான (Divorce) முதன்மை காரணமாக அது ஏற்றுக் கொள்ளப்படும் எனவும் தீர்ப்பளித்து, இந்திய தண்டனைச் சட்டம் பிரிவு 497-ஐ நீக்க உத்தரவிட்டது.

தற்போது இந்திய தண்டனைச் சட்டத்திற்கு மாற்றாக கொண்டுவரப்பட்ட, பாரதிய நியாய சங்கித்தா - விலும் கள்ள உறவுக்கான தண்டனை பிரிவு கொடுக்கப்படவில்லை.

சட்டம் வழங்கிய அனைத்தும் வேதவாக்கு அல்ல அதை முறையான போக்கில் சோதித்து "மாற்றத்திற்கான வாதம் செய்தால்! "நமக்கான உரிமையை" என இவ்வாழக்கில் இருந்து நம்மால் உணர்ந்து இருக்க முடியும்.

பிறன்மனை நோக்கா பேராண்மை சான்றோர்க்கு
அறனென்றே ஆற்ற வொழுக்கு.

-குறல் 148

-தமிழ் மறையோன் வள்ளுவனின் சட்டம்

6. ஆபாச காட்சி ஒரு உரிமையா?

அறிவு என்பது ஒரு நிகழ்வை படித்து அல்லது ஆராய்ந்து தெரிந்து கொள்வது என்ற நிலை மாறி, கடந்த அரைநூற்றாண்டுகளாக, திரைக் காட்சிகளாக கண்டும் அறிவை பெறலாம் என்று ஆயிற்று. காணும் காட்சியில் அறிவை மட்டும் வழங்காமல், பொழுதுப்போக்கையும் சேர்த்தே வழங்கியது இந்த திரைத் தொழில்நுட்ப வளர்ச்சி. பண்டைய காலங்களில், அயர்ச்சியை (களைப்பை) போக்க

பாணர்கள் இசைக்கச்சேரிகளையும், நடன நிகழ்ச்சிகளையும் அரங்கேற்றி மனம் மகிழ செய்தனர், என்று நம் தமிழ் இலக்கிய நூல்களில் குறிப்புகள் உண்டு. ஆனால், இன்றைக்கோ! பொழுதுபோக்கு என்றாலே பெரிதும் தேர்ந்தெடுக்கப்படுவது திரைப்படம் தான். அத்தகைய திரைப்படத்தில் எத்தகைய காட்சிகள் இடம்பெறுகிறது என்பது கவனிக்க வேண்டிய விடயம்.

சில திரைப்படங்களின் காட்சிகள், சமுதாயத்தில் சீர்கேட்டை ஏற்படுத்துகிறது, என்று ஒருசில திரைப்படம் வருவதற்கு முன்பாகவே, அத்திரைப்படத்திற்கு தடை விதிக்கக் கோரி பல்வேறு போராட்டங்கள் நடந்திருப்பதெல்லாம், நாம் அனைவருக்கும் தெரிந்த உண்மையே. சில காட்சிகள் வரலாற்றை கற்பிக்கும், சில காட்சிகள் தற்கால நடைமுறைகளை கற்பிக்கும், சில காட்சிகள் அறிவுச் சிந்தனைகளைத் தூண்டும். இப்படி திரைப்படக் காட்சிகளின் வடிவமைப்பு, திரைப்படமாக வெளியிட நினைக்கும் எழுத்தாளர்கள் மற்றும் இயக்குனர்களின் கைகளில் தான் உள்ளது.

காட்சிகள் ஒவ்வொன்றும் கருத்தாக மாறுகிறது, கருத்தாக மாறும் ஒவ்வொரு காட்சியும், சமுதாயத்தில் பற்பல மாற்றங்களை ஏற்படுத்துகிறது. இதனை ஒழுங்குப்படுத்த மற்றும் வரையரை செய்ய, அரசு திரைப்படங்களுக்கான சட்டங்களை வகுத்து அச்சட்டத்தின் கீழ் "மத்திய திரைப்பட சான்றிதழ் வாரியத்தை" *(Central Board of Film Certification)* அமைத்துள்ளது. அதன் கீழ் திரைப்படங்களின் கருப்பொருளைப் பொருத்து, நான்கு வகையான

சான்றிதழ்களை மத்திய திரைப்பட வாரியம், திரைப்படங்களுக்கு வழங்கும்.

"U" - அனைவரும் பார்க்கக்கூடிய திரைப்படம்.

"UA" - அனைவரும் பார்க்கலாம் ஆனால் *18* வயதிற்கு குறைவானோர் பெற்றோர்களின், அறிவுரையோடு பார்க்கலாம்.

"A" - *18+* வயதிற்கு மேற்பட்டோர் மட்டும்.

"S" - குறிப்பிட்ட நபர்கள் மட்டும்.

இப்படி அந்தந்த காட்சிகளின் அடிப்படையில் சான்றிதழை வழங்குகிறது.

இதில் சிக்குண்ட தயாரிப்பாளர் ஒருவர், தான் இந்த சமுதாயத்திற்கு காண்பிக்க நினைத்த கருத்துகளை மற்றும் காட்சிகளை அரசின் திரைப்பட சான்றிதல் வாரியம் எப்படி கட்டுப்படுத்தலாம்?, அது அரசியலமைப்பு வழங்கிய தன்னுடைய அடிப்படை உரிமையான "கருத்து சுதந்திரத்தை" பாதிக்கிறது என்று மாண்புமிகு உச்ச நீதிமன்றத்தை அணுகினார்.

அவ்வழக்கின் மூலம் :

1970 ஆம் ஆண்டு கே.ஏ. அப்பாஸ் என்ற தயாரிப்பாளர், "நான்கு நகரங்களின் கதை" *(A Tale Of Four Cities)* என்ற திரைப்படம் ஒன்றை தயாரித்திருந்தார். அந்த திரைப்படத்தின் காட்சிகளில், நான்கு முக்கிய நகரங்களில் இயங்கும் "ரெட் லைட் ஏரியா" அதாவது, ஆபாச

உறவுகளுக்கான பகுதிகளை பற்றி அவர் காட்சிப்படுத்தி இருந்தார்.

அத்திரைப்படத்திற்கு "சினிமோடோகிராப் ஆக்ட்" சட்டத்தின் கீழ் மத்திய திரைப்படச் சான்றிதழ் வாரியம் "A" சான்றிதழை வழங்கியிருந்தது. தான் இந்த சமுதாயத்திற்கு ஒரு கருத்தை கொண்டு செல்ல நினைக்கின்றேன், அதற்கு அனைவரும் காணக்கூடிய "U" சான்றிதழை வழங்காமல், 18 வயதிற்கு மேற்பட்டோர் மட்டும் காணக்கூடிய "A" சான்றிதழை வழங்கி இருப்பது,இந்திய அரசமைப்பின், உறுப்பு 19 இன் கீழ், தன்னுடைய அடிப்படை உரிமையான “கருத்து சுதந்திரத்தை” மீறுகிறது. என்று உச்ச நீதிமன்றத்தில் வழக்கு தொடுத்தார்.

அவ்வழக்கின் எழுவினா :

1) திரைப்படம் தொடர்பான சான்றிதழ் சரிபார்ப்புகள் அடிப்படை உரிமைகளை மீறுகிறதா?

தீர்ப்பு:

இந்த வழக்கு, 24 செப்டம்பர் 1970 அன்று 5 நீதிபதிகள் கொண்ட அரசியலமைப்பு அமர்வின் முன் விசாரணைக்கு வந்தது. அதன்படி, இந்த நாட்டில் தயாரிப்பாளர்கள் தான் நினைக்கும் கருத்துக்களை இந்த சமுதாயத்திற்கு திரைப்படம் மூலம் வெளிப்படுத்தலாம், அது இந்திய அரசியலமைப்பின் உறுப்பு 19 இன் கீழ் "பேச்சு மற்றும் கருத்து சுதந்திரமாக" வழங்கப்பட்ட ஒன்று.

அதன் அடிப்படையில் கருத்து சுதந்திரத்தை பறிக்கும் எந்த ஒரு சட்டமும் செல்லத்தக்கது அல்ல. ஆனால்

இந்த வழக்கில், திரைப்படத் தயாரிப்பாளர்கள், இச்சமூகத்தில் எத்தகைய கருத்துக்களை கொண்டு சேர்க்கலாம், அதனை எத்தகைய பிரிவினர் காணலாம், என்பதை நிர்ணயிக்கும் "மத்திய திரைப்பட சான்றிதழ் வாரியம்" மேற்கொண்ட நடவடிக்கைகள், எந்த ஒரு அடிப்படை உரிமையையும் மீறவில்லை. கருத்து மற்றும் பேச்சு சுதந்திரம் அடிப்படை உரிமை என்ற போதிலும் அது உறுப்பு *19(2)*ன் கீழ் கட்டுப்படுத்தப்பட்ட ஒன்று. ஆகையால் இவ்வழக்கில் எந்த ஒரு அடிப்படை உரிமையும் மீறப்படவில்லை என்றும், அதே சமயம் மத்திய திரைப்படச் சான்றிதழ் வாரியம் நேர்மையான முறையிலும் சமுதாயத்திற்கு நலன் பயக்கும் வகையிலும் எந்த ஒரு அடிப்படை உரிமை மீறல்களும் இல்லாமல் திரைப்படச் சான்றிதழ்களை வழங்க வேண்டும் என்றும், தீர்ப்பளித்தது.

காட்சிகளை காண்பது நம் உரிமை என்றால், காட்சிப்படுத்துவதும் நம் உரிமையே. அது ஆபாச காட்சிகளா அல்லது மேன்மை காட்சிகளா என்பதை பொறுத்து, அதன் கட்டுப்பாடுகள் அமையும். இவ்வழக்கில் கே.ஏ அப்பாஸ் தான் நினைத்த தீர்ப்பை பெறாவிட்டாலும் "இந்த சமுதாயத்திற்கு கருத்து சுதந்திரம் என்ற பதத்தை தன்னுடைய வழக்கின் வாதத்தின் மூலம்" படம் போட்டு காண்பித்துள்ளார்.

கண்ணால் காண்பதும் பொய்

காதால் கேட்பதும் பொய்

தீர விசாரிப்பதே மெய்!

7. அவசரம் அவசரம்

மனிதனாகப் பிறந்த நாம் ஒவ்வொருவரும் இறைவன் வழங்கிய பேச்சுரிமையும், நடமாடும் உரிமையும் இதனோடு ஒருங்கே அமைந்த வாழும் உரிமையும், சட்டம் இயற்றுவதற்கு முன்பாகவே தக்க வைத்திருந்தோம், என்பது ஒரு மறுக்க முடியாத உண்மை. அதன்பின் நாகரிகம் வளர்ந்து, தனக்கான ஆட்சி வரைவுகளையும், சட்டங்களையும் இயற்ற தொடங்கிய மனிதன் தனக்கான அடிப்படை உரிமைகளையும், சட்டமாகவே வகுத்துக் கொண்டான். அப்படி இதுவரை

பார்த்த அடிப்படை உரிமைகளை, அதே கோணத்தில், எல்லா நேரங்களிலும் செயல்படுத்த முடியுமா என்றால்? இல்லை! என்பதே பதில்.

அவசரகாலம்!

அது என்ன அவசரகாலம்?,உலகலாவிய மக்களாட்சியில், எந்த ஒரு நாட்டிற்கு உள்நாட்டு அல்லது அயல்நாட்டு காரணிகள் மூலம், நாட்டின் நிர்வாகத்திற்கும், பாதுகாப்பிற்கும்,இறையாண்மைக்கும் இக்கட்டான சூழல் ஏற்படுகிறதோ அந்நேரத்தில் அசம்பாவிதங்களை தடுப்பதற்காகவும், நாட்டின் பாதுகாப்பை உறுதி செய்யவும், அரசின் அனைத்து நிர்வாகத்தையும், ஒருமித்த அதிகாரத்தின் கீழ் கொண்டு வர அறிவிக்கப்படுவது தான் "அவசர காலம்". இந்திய அரசியலமைப்புச் சட்டத்தின் கீழ் உறுப்பு 352, நாட்டிற்கான அவசர நிலையை நடைமுறைப்படுத்த குடியரசுத்தலைவதுக்கு அதிகாரம் வழங்குகிறது. அதே சமயம், நாட்டின் பாதுகாப்பை உறுதி செய்வதற்காக, பேச்சுரிமையையும், மக்களின் சில அடிப்படை உரிமைகளையும் கட்டுப்படுத்தலாம் என உறுப்பு 358 (ம) 359 விளம்புகிறது.

இங்கு அனைவருக்கும், ஒரு கேள்வி எழும்!. நாட்டின் பாதுகாப்பிற்கும் குடிமக்களின் அடிப்படை உரிமைகளை கட்டுப்படுத்துவதற்கும் என்ன தொடர்பு?, ஆம் தொடர்பு உள்ளது. அவசரகாலம் நடைமுறையில் இருக்கும் பொழுது நடமாடும் உரிமையும், பேச்சு உரிமையும் மற்றும் சில உரிமைகளும் இருந்தால், அது அரசின் ஒருமித்த நிர்வாகத்தின் கீழ் அமையுவதில் சிக்கலை

ஏற்படுத்தும். இதனால் சமூகத்தில் அமைதியை குழைப்பவர்களை கண்டறிவதில் சிக்கல் ஏற்படும். அதன் அடிப்படையில் தான் அடிப்படை உரிமைகள் அவசர காலத்தின் போது ரத்து செய்யப்படுகிறது.

இப்படி, நம் நாட்டில் 1975 ஆம் ஆண்டு,அப்போது பிரதமராக இருந்த இந்திரா காந்தி, அவசரகால பிரகடனத்தை குடியரசுத் தலைவர் மூலம் சுமார் 21 மாத காலம் நடைமுறைப்படுத்தினார். அப்போது ஏற்பட்ட அரசின் பல்வேறு நிர்வாக அத்துமீறல்களும் மற்றும் அரசியலமைப்பு சட்டத்தில் ஏற்பட்ட மாற்றங்களும் ஏராளம். அந்த அவசர காலகட்டத்தில் பாதிப்பை உணர்ந்த "ஷிவ்காந்த் சுக்லா" என்ற நபர், அவசர காலத்தின் போது அரசு அடிப்படை உரிமைகள் மீறுவது தொடர்பாக உச்சநீதிமன்றத்தின் கதவை தட்டினார்.

வழக்கின் மூலம் :

ஜூன் மாதம் 1975 ஆம் ஆண்டு, அன்றைய பிரதமராக இருந்த இந்திரா காந்தி அவர்கள் மூலம் கோரிக்கை அனுப்பப்பட்டு, குடியரசுத் தலைவரால் அனுமதிக்கப்பட்டு, அவசரகாலம் இந்திய நாடு முழுவதும் அமல்படுத்தப்பட்டது. அப்போது நாட்டின் பாதுகாப்பை வலுப்படுத்த, “உள்நாட்டு பாதுகாப்பு பராமரிப்புச் சட்டம்” (MISA) நடைமுறைப்படுத்தப்பட்டு, அதன் கீழ் அரசுக்கெதிராக போரட்டம் நடத்திய, பல்வேறு அரசியல்வாதிகள், சமூக சேவகர்கள் மற்றும் இன்னும் பெற குடிமக்கள் என அனைவரும் கைது செய்யப்பட்டனர். அதில் ஒருவர் தான் "ஷிவ்காந்த் சுக்லா".அவர் சட்டத்தின்

விதிகளுக்கு முரணாக கைது செய்யப்பட்டுள்ளார், என்று அவரது தரப்பில் உயர்நீதிமன்றத்தில் ஆட்கொணர்வு மனு *(Habeus Corpus)* தாக்கல் செய்யப்பட்டது. உறுப்பு 359ன் கீழ் அவசர காலத்தின் போது அடிப்படை உரிமைகள் ரத்து செய்யப்பட்டதனால் ஆட்கொணர்வு மனு தாக்கல் செய்ய முடியுமா என்று கேள்வி எழுந்தது. இவ்வழக்கு உச்ச நீதிமன்றத்திற்கு மேல்முறையீட்டு வழக்காக சென்றது.

வழக்கின் எழுவினா :

1) அவசர காலத்தின் போது அடிப்படை உரிமைகள் ரத்து செய்யப்பட்டதனால், உயர்நீதிமன்றத்தில் தாக்கல் செய்யப்பட்ட ஆட்கொணர்வு மனு செல்லத்தக்கதா?

2) அவசரகாலத்தின் போது உறுப்பு 21-ஐ, உறுப்பு 359ன், கீழ் நிறுத்தி வைக்க இயலுமா?

தீர்ப்பு :

28 ஏப்ரல் 1976 அன்று இவ்வழக்கு உச்ச நீதிமன்றத்தின் 5 நீதிபதிகள் கொண்ட அரசியலமைப்பு அமர்வின் முன் இறுதி விசாரணைக்கு வந்தது. இவ்வழக்கின் தீர்ப்பு 4:1 என்ற அடிப்படையில் வழங்கப்பட்டிருந்தது. அதாவது நான்கு நீதிபதிகள் அவசர காலத்தின் போது அடிப்படை உரிமைகள் உறுப்பு 359ன் கீழ் ரத்து செய்யப்படுவது செல்லும் என்றும் அவசரகாலம் நடைமுறையில் இருக்கும் பொழுது எந்த ஒரு ஆட்கொணர்வு மனுவும் தாக்கல் செய்ய இயலாது என்றும் தீர்ப்பளித்திருந்தனர். ஆனால் மாண்புமிகு நீதிபதி. கண்ணா அவர்கள் அவசர காலத்தின் போது உறுப்பு 20 (ம) 21-ஐ,

நிறுத்திவைப்பது செல்லத்தக்கது அல்ல. வாழ்வதற்கு உண்டான உரிமை என்பது "இயற்கை நீதி கோட்பாட்டின்" கீழ் மறுக்க முடியாத ஒரு உரிமை மற்றும் கைதிகளின் உரிமையும், அவ்வப்போது ஆட்கொணர்வு மனுவையும் அனுமதிக்காதது மனித உரிமைகளுக்கு எதிரானது; என்றும் தீர்ப்பளித்திருந்தார்.

ஆனால் அதன்பின் 1979 ஆம் ஆண்டு 44-வது அரசியலமைப்பு திருத்த சட்டத்தில் உறுப்பு 359-ன் கீழ் அவசர காலத்தின் போது உறுப்பு 20 (ம) 21 நிறுத்தி வைக்க கூடாது என்று திருத்தம் கொண்டுவரப்பட்டது.

இவ்வழக்கிலிருந்து எத்தகைய அசாதாரன சூழல் நிலவிய போதும், அரசியலமைப்பே அறிவிக்கும் கட்டுப்பாடு என்றாலும், அது நம் மனித உரிமைகளை மீறுகிறதா, அதை நாம் எப்படி தக்க வைத்துக்கொள்ள முடியும், என்று "சிறையில் இருந்து அவர் தரப்பில் எழுப்பப்பட்ட வாதம்தான்" இன்றைக்கு நம்முடைய அடிப்படை உரிமைகளை உறுப்பு 359-ன் கீழ் பாதுகாத்து வருகிறது என்பதை நாம் உணர வேண்டும்.

உரிமை என்பது கேட்டு பெறுவது அல்ல
அது இயற்கையாகவே அமைவது.
-உலக நியதி.

8. மனிதனை உண்பது குற்றமில்லையா?

உலகம் முழுவதும், காலை தொடங்கி இரவு வரை மனித கூட்டம் எதற்காக ஓடுகிறது?, என்று முற்று முழுதாக ஆராய்ந்து பார்த்தால், இறுதியில் வந்து நிற்பது ஒரு வேளை சோற்றுக்காக தான் என்று நம்மால் உணர முடியும். உலகம் முழுவதும் உள்ள தத்துவவியலாளர்கள், அடிப்படை தேவைக்கும்,ஆடம்பர தேவைக்கும் இடைப்பட்ட பாலத்தை சுமார் 2000 ஆண்டுகளாக கூறி வருகின்றனர்.

அப்படிப்பட்ட உயிர் ஆதாரத்திற்கு அடிப்படை வளமாக திகழ்வதுதான் உணவு. ஆதிமனிதன்

வேட்டையாடி உண்டான்; பின்னர் அதை சமைத்து உண்டான்; பின்னர் காய்கறிகளை அறிந்து அதன் சத்துக்களுக்கு ஏற்ப சமைத்து உண்டான்;. இன்றைக்கு நாகரீகம் வளர்ந்து உணவுக்கு என்று சில கட்டுப்பாடுகளும், சில மத நம்பிக்கைகளையும் ஏற்படுத்தி, யார் யார் எதை உண்ண வேண்டும், யார் யார் எதை உண்ணக்கூடாது என்றும் விசித்திரமாக கொள்கைகளை வகுத்துக் கொண்டுள்ளான் மனிதன்.இதிலும் மருத்துவ உலகம் தனி, குறிப்பாக தீராவியாதி வந்தவர்களுக்கு உணவு உட்கொள்வது என்பது மருத்துவர் வைப்பது தான் வேதவாக்கு.

இப்படி எல்லாவற்றையும் நாம் நினைத்தவாறு,நம்மால் உண்ண முடியாது என்ற சூழலுக்கு இந்த நாகரிகம் நம்மை அழைத்து வந்தது, ஒரு வகையில் நன்மையே. சட்டத்தின் பார்வையில்,எவராவது சக மனிதனை சிறிதாக காயப்படுத்தினாலோ அல்லது அவனை துன்புறுத்த நினைத்தாலோ, குற்றம் எனக் கருதி சட்டம் அவனுக்கு தண்டனை வழங்கும்.

குற்றவியல் சட்டத்தை பொருத்தவரை "குற்ற மனம்" *MENSREA"* என்பதன் அடிப்படையில் எவரொருவர், ஒரு குற்றத்தை, அது சட்டத்திற்கு எதிரானது மற்றும் இந்த குற்றம் குறிப்பிட்ட நபரை காயப்படுத்தும் என்று அறிந்து தீய உள்நோக்கத்தோடும், குற்ற மனதோடும், தெரிந்தே செய்கிறாரோ, அதைத்தான் குற்றம் என்று சட்டமும் நீதிமன்றமும் கருதும்.

பல்வேறு குற்றங்கள் சில விதிவிலக்குகளை பெற்றுள்ளது.குறிப்பாக தற்போது தண்டனைச் சட்டமாக விளங்கும் பாரதிய நியாய சங்கித்தா-வில் பிரிவு *14* முதல் *44* வரை பொது விலக்குகள் அளிக்கப்பட்டுள்ளன, இதன் கீழ் நடைபெறும் எந்த குற்றமும், சூழ்நிலையைப் பொறுத்து, குற்றம் அற்றதாக கருதப்படுகிறது.

எடுத்துக்காட்டாக :

ஒருவன் தீய உள்நோக்கத்தோடு தீங்கு விளைவிக்க வேண்டும் என்று, ஒரு நபரை கொலை செய்கிறான் என்றால், அது குற்றம்.

அதே நபர், தன்னை தற்காத்துக் கொள்வதற்காக மேற்கொண்ட செயலினால், எதிராளி இறந்து விடுகிறான் என்றால் அது குற்றமல்ல.

அதே நபர் சில சூழ்நிலை காரணிகள் காரணமாக ஒரு கொலையை செய்து விடுகிறான் என்றால் அது சூழ்நிலையை பொறுத்து குற்றம் அல்லது குற்றமற்றது என கணக்கிடப்படும்.

எடுத்துக்காட்டு *2* :

மருத்துவர் ஒருவர், தன்னிடம் வந்த நோயாளியின் வயிற்றை கிழித்து அறுவை சிகிச்சை செய்தால்தான், அந்த நோயாளி உயிர் பிழைக்க முடியும் என்ற நோக்கத்துடன் செயல்படுகிறார், அறுவை சிகிச்சை செய்யும் நேரத்தில் அந்த நோயாளி இறந்து விடுகிறார் என்றால் அது குற்றம் ஆகாது. ஆனால் அந்த நோயாளியிடமோ அல்லது அவரின் உறவினர்களிடமோ முன் அனுமதி பெற்று இருக்க

வேண்டும். ஒருவேளை அனுமதி பெற முடியாத சூழ்நிலை இருப்பின் மருத்துவ சேவை நோக்கத்திற்காக செய்யப்படும் செயல்கள் என்றால் அது குற்றம் அற்றதாக கருதப்படும்.

இப்படி குற்றங்களை உறுதி செய்ய ஆதாரங்களையும், அதற்கான சூழ்நிலைகளையும் நீதி தேவதையின் தராசில் நாம் வைக்கலாம்.

இத்தகைய சூழலில், 1884 ஆம் ஆண்டு ஐரோப்பாவில் ஒரு கொலை வழக்கு பதிவு செய்யப்படுகிறது.

அதன் வாதம் பின்வருமாறு ;

19 மே 1884, அன்று பிரிட்டனில் இருந்து புதிதாக கட்டப்பட்ட “மின்யோனெட்” என்ற படகு டாம் டூட்லே, எட்வின் ஸ்டீபன்ஸ், எட்முன்ட் ப்ரூக்ஸ், ரிச்சர்ட் பார்க்கர் என்ற பணியாளர்கள் மற்றும் மாலுமியோடு ஆஸ்திரேலியா நோக்கி புறப்பட்டது. நன்றாக சென்று கொண்டிருந்த படகு தென் அட்லாண்டிக் கடற் பகுதியில் கடுமையான அலைகளாலும், மோசமான வானிலை காரணமாகவும் 5 ஜூலை 1884 அன்று, கடலில் மூழ்கியது. அப்போது அந்தக் கப்பலில் இருந்த நால்வரும் உயிர் தப்பிக்க பாதுகாப்பு படகு ஒன்றில் ஏறி கரைக்கு திரும்ப முற்பட்டனர். பயணம் மேற்கொள்ளும் பொழுது 24 நாட்கள் தப்பித்தோம் பிழைத்தோம் என்று நால்வருக்கும் உணவு மற்றும் குடிநீர் இல்லாமல் மிகவும் அவதிப்பட்டனர்.

அதில் ரிச்சர்ட் பார்க்கர் என்ற 17 வயது பணியாள் சிறுவன் உடல்நிலை குன்றி மிகவும் அவதிப்பட்டான் 25 ஜூலை 1854 அன்று டாம் டுட்லே மற்றும் எட்வின்

ஸ்டீபன்ஸ் ஆகிய இருவரும் ரிச்சர்ட் பார்க்கர் என்ற சிறுவனை கொன்று, தம் பசியை போக்கிக் கொள்ளலாம் என்று முடிவு செய்து அச்சிறுவனை கொன்றுவிட்டனர். பின்னர் பயணத்தை தொடர்ந்து 29 ஜூலை 1884 அன்று இங்கிலாந்தில் உள்ள ஃபால்மவுத் என்ற கரையில், மீதமுள்ள மூவரும் பத்திரமாக மீட்கப்பட்டனர். இதனை அறிந்த இங்கிலாந்து காவல்துறை அவர்கள் மீது கொலை வழக்கு பதிவு செய்தது.

வழக்கு விசாரணை :

இவ்வழக்கின் இறுதி விசாரணை 9 டிசம்பர் 1884 அன்று இங்கிலாந்தின் நான்காவது உச்ச அதிகாரம் பெற்ற "குயின் பெஞ்ச் டிவிசன்" நீதிமன்றத்தின் முன் விசாரணைக்கு வந்தது. அதில், குற்றம் சாட்டப்பட்ட இருவரும் தாங்கள் கடற் பகுதியில் சூழ்நிலை காரணமாக சிக்கிக் கொண்டதால், எங்களுக்கு உணவும், தண்ணீரும் கிடைக்கவில்லை. நாங்கள் ரிசெட் பார்க்கர்-ஐ கொலை செய்ய வேண்டும் என்ற நோக்கத்தில் கொலை செய்யவில்லை. அவர் உடல் நலம் குன்றியிருந்தார் அது மட்டுமில்லாமல் மீதமிருக்கும் எங்களுக்கு உயிர் வாழ வேறு வழியில்லாத காரணத்தால் தான், நாங்கள் அவரை கொன்று விட்டோம் என்று வாதிட்டனர்.

தீர்ப்பு :

உணவு தேவைக்காக, பயணத்தின் போது தன் உடன் இருந்த ரிச்சர்ட் பார்கர் என்ற சிறுவனை இவர்கள் இருவரும் கொன்றது உணவு தேவைக்காக என்று குறிப்பிடுகின்றார்கள். எந்த ஒரு கொலை குற்றத்திலிருந்தும்

"தேவை" என்ற காரணத்தால் அதிலிருந்து தற்காத்துக் கொள்ள இயலாது, என நீதிமன்றம் குறிப்பிட்டது. ஆகையால் இருவருக்கும் மரண தண்டனை விதித்து தீர்ப்பளித்தது. அதன் பின்னர், இவ்வழக்கின் மேல்முறையீட்டில் அத்தண்டனை ஆறு மாதகால சிறை தண்டனையாக மாற்றப்பட்டது.

இவ்வழக்கு இன்றைக்கும் பல்வேறு குற்றவியல் வழக்குகளுக்கு ஒரு முன்மாதிரியாக திகழ்ந்து வருகிறது. ஒரு மனிதனின் அடிப்படைத் தேவை என்ற பதத்தில் எந்த ஒரு குற்றத்தையும் செய்து விட்டு அதன் தண்டனையிலிருந்து, தற்காத்துக் கொள்ள இயலும், என்பது நீதிக்கு முரணானது என்பதை நம்மால் உணர்ந்து இருக்க முடியும்.

தான் செய்தது தவறு என்று தெரிந்தும் அவருக்கு அந்த குற்றத்தை செய்வதற்கு உண்டான "சூழ்நிலையை எடுத்துரைத்து, அவர் செய்த வாதம்" எந்த ஒரு குற்றத்தையும் சூழ்நிலையின் மூலம் நீதி தேவதையின் முன் விவரிக்க முடியும் என்று நமக்கு கற்பிக்கிறது.

மனிதனை கொன்று உண்பது குற்றம் தான்!!!!

9. நவீன காலமும் விலக்கு அல்ல

சிறுவயதில் நண்பர்களிடம் காதும் காதும் வைத்தார் போல் சில விடயங்கள் பேசி இருப்போம், அவ்வப்போது அருகில் இருக்கும் மற்றொரு நண்பர் கேட்டால் அதை "சீக்ரெட்" என்று சிறு புன்னகையோடு கூறி கடந்து விடுவோம். இப்படி வாழ்க்கையில் எந்த ஒரு விடயத்தை வெளியில் விட வேண்டும் என்று நன்கு அறிந்த உயிரினம் இந்த மனித கூட்டம்.

ஆனால், சில நேரங்களில் தன் கட்டுப்பாட்டையே மீறி தனிப்பட்ட தரவுகளையே இழக்கும் நிலை ஏற்பட்டுள்ளது. இன்றைய நவீன காலத்தில் கண்காணிப்பு கேமிராக்கள் நம்மிடம் அனுமதி கேட்காமலேயே நம்மை படம் எடுத்துக் கொண்டிருக்கிறது. பல்பொருள் அங்காடியில் பொருட்களை வாங்கி பணத்தை செலுத்தும் போது எதற்கு என்று காரணம் கூறாமல் நம்முடைய அலைபேசி எண் பெறப்படுகிறது. அரசு மட்டும் விதிவிலக்கா என்ன? அரசு தரும் ஒவ்வொரு திட்டங்களுக்கும், ஒவ்வொரு நடைமுறைகளுக்கும், குடிமக்களிடமிருந்து பல்வேறு தரவுகளை பெற்றுக் கொள்கிறது. அதுவோ பின்வருமாறு!

நம் சமூகம் காலம் காலமாக ஒரு மனிதனை அடையாளம் காண அவன் கருப்பன், வெள்ளையன், மூக்கன், திறந்த வாயன் என்றும், சில நேரங்களில் செய்யும் தொழிலுக்கு ஏற்ப பால்காரன், காய் காரன் எனவும் அடையாளம் கூறி வந்துள்ளது.

பேச்சுவழக்கில் இருக்கும் இந்த அடையாளங்களை அரசு கோப்பில் ஏற்றுவது சிக்கலில் முடியும். மாட்டிற்கு கடன் வாங்கும் பொழுது, அம்மாட்டை அடையாளம் கண்டு அதன் காதில் ஒரு பட்டையை மாட்டி விடுவார்கள் வங்கி மேலாளர்கள். அப்படி இம்மணித கூட்டத்தையும் நிர்வகிக்க அடையாள பட்டை வழங்க வேண்டும் அல்லவா.

சட்டம் என்பது குடிமக்களை பாதுகாக்க, அந்த குடிமக்களுக்கு நிரந்தர அடையாளமாக ஒரு அடையாளத்தை கொடுத்து, அதன் பேரில் சமூக

சமநிலைகளை பராமரித்து, குற்ற நடைமுறைகளையும் பேணிக்காத்து, தான் இந்நார், என்று சொல்ல ஒரு அடையாள அட்டை தேவைப்படுகிறது என்று சுதந்திரம் அடைந்து 63 ஆண்டுகள் கழித்து அரசு சிந்தித்தது.

ஆம், 2010 ஆம் ஆண்டு மத்திய அரசால் ஆதார் அட்டை என்ற ஒரு அடையாள அட்டை அறிமுகப்படுத்தப்பட்டது. அதில் குடிமக்களை அடையாளம் காண கைரேகைகளும், புகைப்படங்களும் மற்றும் கண் கருவிழிகளையும் பதிவு செய்து குடிமக்களின் முகவரியை குறிப்பிட்டு ஒரு 12 இலக்க எண் பதியப்பட்ட, ஆதார் அட்டை வழங்கப்பட்டு வருகிறது.

இப்படி பெறப்படும் தரவுகள், தனிமனிதனின் "தனியுரிமையை" பாதிக்கிறது என்று சிந்தித்த ஓய்வு பெற்ற முன்னாள் உயர்நீதிமன்ற நீதிபதி கே.எஸ்.புட்டாசுவாமி உச்ச நீதிமன்றத்தின் கதவை தட்டினார்.

வழக்கு மூலம் :

அரசு ஆதார் அட்டை வழங்குவதற்காக ஒவ்வொரு குடிமக்களுடைய தனிப்பட்ட கைரேகைகளையும் தனிப்பட்ட புகைப்படங்களையும் மற்றும் அவர்களுடைய கண் கருவிழிகளையும் பதிவு செய்கிறது. ஆனால் இந்த தரவுகள் எத்தகைய பாதுகாப்போடு பராமரிக்கப்படுகிறது, என்பது தெரியவில்லை. அதனால் இத்தகைய குடிமக்களின் தரவு பதிவேற்றங்கள், அரசின் ஒழுங்கற்ற தன்னிச்சையான நடவடிக்கைகளால், இந்திய அரசியலமைப்பின் உறுப்பு 21-ன் கீழ் "தனியுரிமை" - ஐ மீறுகிறது. மற்றும் உறுப்பு 14

மற்றும் 19 யும், மீறும் வகையில் உள்ளது. என வழக்கு தொடுத்தார்.

வழக்கின் முக்கிய எழுவினா:

1) "தனி உரிமை" என்பது அடிப்படை உரிமையா?

2) ஆதார் அட்டை திட்டம் தனி உரிமையை மீறுகிறதா?

தீர்ப்பு :

இவ்வழக்கு 4 ஆகஸ்ட் 2017 அன்று 9 நீதிபதிகள் கொண்ட அரசியலமைப்பு அமர்வில், இறுதி விசாரணைக்கு வந்தது. ஆதார் அட்டைகளுக்காக பெறப்படும் தரவுகள் என்பது ஒவ்வொரு குடிமக்களின் பாதுகாக்க வேண்டிய தரவுகள் ஆகும். உறுப்பு 21 கீழ் தனிமனித சுதந்திரம் என்பது "தனியுரிமையும்" பாதுகாக்கிறது. அரசு தன் திட்டங்களுக்காக பெறப்படும் குடிமக்களின் தரவுகளை எந்த ஒரு காரணத்தாலும், தன்னிச்சையாக கையாளுதல், அரசியலமைப்பிற்கு எதிரானது. இத்தகைய தரவுகள் அரசினால், தன்னிச்சையாக கையாளப்பட்டால் அது உறுப்பு 14 ன் கீழ் சமமான பாதுகாப்பையும், உறுப்பு 19 இன் கீழ் குடிமக்களின் சுதந்திரங்களையும், தடுக்கும் வகையிலும் அமையக்கூடும். ஆதலால் "தனியுரிமை" என்பது இந்திய அரசியலமைப்பின் பகுதி III-ன் கீழ் ஒரு அடிப்படை உரிமை என்று நீதிமன்றம் தீர்ப்பளித்தது.

இவ்வழக்கில் இருந்து நாம் உணர வேண்டியது; அரசின் நடவடிக்கைகள் எதுவாயினும் அது நமக்கு அரசியலமைப்பின் கீழ் வழங்கப்பட்ட அடிப்படை உரிமைகளை பாதிக்கிறதா என்று உற்றுநோக்கி அப்படி

பாதித்தால் "குடி மக்களுக்கான உரிமை குரலாக" தன் வாதத்தை" எடுத்து வைக்க வேண்டும் என்று முன்னாள் நீதிபதி நமக்கு கோடிட்டு காட்டியுள்ளார்.

தொழில்நுட்பங்களின் அபரிவிதமான வளர்ச்சியின் பெயரில் எந்த ஒரு காலகட்டத்திலும் நம்முடைய உரிமைகள் பறிபோய் விடக்கூடாது அதற்கு நவீன காலமும் ஒரு விளக்கு அல்ல!.

10. இயற்கைக்கே வேலி

உலகளவில் புவியியல் அடிப்படையில் பார்த்தால், மனிதன் வாழ தகுந்த மிக அதிகப்படியான சாத்திய கூறுகள் உள்ள நாடுகளில் தெற்காசிய நாடுகளான இந்தியா, சீனா, பர்மா மற்றும் தென் கிழக்கு ஆசிய நாடுகளான மலேசியா, சிங்கப்பூர் மற்றும் இந்தோனேசியா ஆகிய நாடுகள் தான் உள்ளது.

அதனால் தான் இங்கு மக்கள் தொகை சதவீதமும் அதிகம்.

இந்திய நிலப்பரப்பை பொறுத்தவரை *21%* காடுகளும், *60%* விவசாய நிலங்களும், *15* முதல் *18* சதவீதம் வரை மலைப்பிரதேசங்களும், *6%* பாலைவனங்களும், அடங்கிய ஒரு பசுமை நிலப்பரப்பை கொண்டுள்ளது. இதில் அந்த பசுமைக்கு அழகு சேர்க்கும் விதமாக *2525* கி.மீ பாய்ந்து ஓடும் கங்கை நதியும், *1464* கி.மீ பாயும் கோதாவரியும், *916* கி.மீ பிரம்மபுத்திரா மற்றும் *800* கி.மீ பாயும் காவிரியும் நீர் ஆதாரமாக விளங்குகிறது.

இத்தனை, அழகையும் கொடுத் இறைவன், அதை மனிதனின் கட்டுப்பாட்டில் விட்டதுதான், தவறு என எண்ண தோன்றுகிறது. இன்றைய சூழ்நிலையில் மனிதனுக்கான தொழில்நுட்ப வளர்ச்சி, என்ற பெயரில் நிகழ்த்தப்படும் கனிமவளக் கொள்ளை, காடுகள் அழிப்பு, காற்று மாசுபாடு, மற்றும் இதர மக்காத கழிவுகளால் ஏற்படும் மாசுபாடுகள் என இயற்கை அன்னை வாழ்வதற்கே திணறுகிறாள்.

இயற்கை, மனிதனுக்கு வாழ உதவுகிறது. மனிதன் இயற்கையை அழிக்க துணை போகிறான்! இதற்காகவா மனிதனுக்கு ஆறறிவு? எனக் கேட்க தோன்றுகிறது, அல்லவா!. இப்படியே சென்றாள் மனிதன் இப்பூமியை வாழ தகுதியற்ற நிலமாக மாற்றி விடுவான் போலும், அப்படி மனிதன் வாழ தகுதியற்ற நிலமாக மாறிவிட்டால் பணம் இருக்கும் பாக்கியவான்கள்

விண்ணூர்தி ஏறி நிலவுக்கு சென்று விடுவார்கள், பாமரன் இங்கேயே புதையுண்டு, சாக வேண்டியதுதான்.

இதனை சிந்திக்க ஒரு சமூகம் இல்லையா என எண்ணும்போது, அப்படிப்பட்ட சமூக அக்கறை கொண்ட சிலரின் சிந்தனைகளால் தான் பல்வேறு சுற்றுச்சூழல் சட்டங்கள் இயற்றப்பட்டுள்ளது. ஆனால் அது பெரும்பாலும் கோப்புகளில் தான் உறங்குகிறது. அந்தக் கோப்புகளையும், எந்தக் குருவி தூக்கி சென்றது எனத் தேடிக் கொண்டிருக்கிறார்கள், அனேகமாக கார்ப்பரேட் குருவியாக தான் இருக்கும்.

அப்படி உறங்கிக்கொண்டிருந்த சட்டத்தை ஒரு மாமனிதர் தட்டி எழுப்பினார். அவர்தான் சமூக சேவகர் மற்றும் வழக்கறிஞர், திரு.எம்.சி.மேத்தா. இயற்கையை காக்க இறைவன் எடுத்த அவதாரம் என்று கூட சொல்லலாம். 1984 ஆம் ஆண்டு தொடங்கி சுமார் 40க்கும் மேற்பட்ட பொதுநலவழக்குகளை தொடுத்து அதில் வெற்றியும் பெற்று, மூச்சு திணறும் இயற்கை அன்னைக்கு ஒரு சிறு காற்றோட்டம் தந்துள்ளார். இதனால்தான் இவரை இச்சமூகம் "பசுமை போராளி" என்று அன்போடு அழைத்து வருகிறது. அப்படிப்பட்ட பசுமை போராளி வெற்றி கண்ட ஒரு முக்கியமான வழக்கை பார்ப்போமா!!.

"தாஜ்மகால் சரிவக வழக்கு"

வழக்கின் மூலம்:-

உலகின் ஏழு அதிசயங்களில் ஒன்றாகவும், காதல் சின்னமாகவும் போற்றப்படும் கி.பி.1653 ஆம் ஆண்டு கட்டி முடிக்கப்பட்ட தாஜ்மஹால், ஒரு சோதனை காலத்தை சந்தித்தது. ஆம் தாஜ்மஹாலை சுற்றியுள்ள தொழிற்சாலைகளிலிருந்து அதிகப்படியான "சல்ஃபர் டை ஆக்சைடு" எனப்படும் மிக மோசமான அமிலம் காற்றில் கலந்து கொண்டிருந்தது. இதன் விளைவாக, பலிங்க கற்களால் ஆன தாஜ்மஹால் மஞ்சள் நிறமாக மாறத் தொடங்கி, சேதம் அடையும் நிலை ஏற்பட்டது. அதுமட்டுமல்லாமல் அதனைச் சுற்றியுள்ள பகுதிகளிலும், அமில மழையும் அவ்வப்போது பெய்ய தொடங்கியது. இதனை கவனித்த நம் "பசுமை போராளி" உச்ச நீதிமன்றத்தில் ஒரு பொதுநல வழக்கை தாக்கல் செய்தார்.

தீர்ப்பு :

30 டிசம்பர் 1996 அன்று, இவழக்கு இரு நீதிபதிகள் கொண்ட அமர்வில் இறுதி விசாரணைக்கு வந்தது. நம் நாட்டின் பண்பாட்டு மற்றும் கலாச்சாரத்தின் சின்னமாகவும் , காதல் சின்னமாகவும் விளங்கும் தாஜ்மஹாலை பாதுகாப்பது இந்திய அரசியலமைப்பின் உறுப்பு 51A(g),49 இன் கீழ் சுற்றுச்சூழல் மற்றும் நினைவுச் சின்னங்களை பாதுகாக்கும் ஒவ்வொரு குடிமகனுடைய அடிப்படைக் கடமை ஆகும். அதனை கருத்தில் கொண்டு தாஜ்மஹாலை சுற்றியுள்ள 10,400 சதுர கிலோமீட்டர் சுற்று வட்டாரத்தில் இயங்கும் அனைத்து தொழிற்சாலைகளும் தங்களது தொழிற்சாலைகளில்

ஆற்றலுக்காக பயன்படுத்தும் "நிலக்கரியில்" இருந்து "இயற்கை எரிவாயுவிற்கு" மாற வேண்டும் மற்றும் அரசு அனைத்து தொழிற்சாலைகளையும் தாஜ்மஹாலுக்கான தனித்த எல்லையின் கீழ் தொடர்ந்து கண்காணிக்கப்பட வேண்டும் என உத்தரவிட்டது.

இத்தீர்ப்பிற்கு பின், சில காலங்கள் கழித்து, குறிப்பிட்ட தொழிற்சாலைகள், இயற்கை எரிவாயுவிற்கு மாற இயலாமல் பல்வேறு தொழிற்சாலைகள் மூடப்பட்டது.

இப்படி அவர் தொடுக்கப்பட்ட வழக்குகளில் கங்கை நதி மாசுபாடு, பல்வேறு நதிகளின் மாசுபாடு, வாகன புகையினால் ஏற்படும் மாசுபாடு என இயற்கை அன்னைக்கு சாதகமான தீர்ப்புகளை தன் வாத திறனால் வாதாடி பெற்றுள்ளார்.

நீதிமன்றத்தில் அவர் எடுத்து வைத்த "வாதம் தான்" ஏழு அதிசயங்களில் ஒன்றான தாஜ்மஹாலை அதன் தன்மை மாறாமல் காத்து வருகின்றது என்பதை இதன் மூலம் நாம் அறியலாம்.

இயற்கையின் பலனை பெரும் மனிதா

பாதுகாக்காவிட்டாலும் அதை பாழாக்காதே

-இயற்கை

நிறைவுரை...

மனித கூட்டத்தை ஒழுங்குமுறைப்படுத்த மனிதனே வகுத்துக்கொண்ட நீதி கோட்பாடுகள் தான் சட்டம். அதை கோப்புகளில் மூடி வைக்காமல் அறிவாயுதமாக கையில் ஏந்தி, நீதிமன்றத்தில் "வாதம் செய்தால்" எத்தகைய மாற்றங்கள் நிகழும் என்பதை இந்நூலின் வழி அறிய இயலும் என நம்புகிறேன்.

ஆகையால்,

மன்றம் அதிர வாதம் செய்!

உண்மை வெல்ல வாதம் செய்!

அநீதியை விரட்ட வாதம் செய்!

விண்ணை பிளக்க வாதம் செய்! - வாதம் செய்! வாதம் செய்!

நன்றி!

மீண்டும் எழுதுகோலில், மை நிரப்பும் வரை
இந்நூலோடு இணைந்திருப்பேன்!
இப்படிக்கு,
-சு. ஞான பிரகாஷ்

****

மேற்கோள்கள் (நூற்பட்டியல்)

I. சட்டங்கள்

1. *இந்திய அரசியலமைப்பு, 1950.*
2. *இந்திய தண்டனைச் சட்டம், 1860.*
3. *குற்றவியல் நடைமுறைச் சட்டம், 1973.*
4. *இந்திய சாட்சியச் சட்டம், 1872.*
5. *பாரதிய நியாய சன்ஹிதா, 2023 (Bharatiya Nyaya Sanhita, 2023 – சட்ட எண் 45, 2023).*
6. *பாரதிய நாகரிக் சுரக்ஷா சன்ஹிதா, 2023 (Bharatiya Nagarik Suraksha Sanhita, 2023).*
7. *பாரதிய சாக்ஷ்ய அதினியம், 2023 (Bharatiya Sakshya Adhiniyam, 2023).*
8. *திருமண சட்டங்கள்.*

II. இந்திய நீதிமன்றத் தீர்ப்புகள்

1. *Supreme Court Cases (SCC) Reports.*
2. *SCC Online.*

III. வெளிநாட்டு நீதிமன்றத் தீர்ப்புகள்

1. *R v. Dudley and Stephens (1884) 14 QBD 273 (Richard Parker Case), England.*

IV.சட்ட நூல்கள்

1. Black's Law Dictionary, 11th Edition.

2. Oxford Dictionary of Law, Oxford University Press.

V. அரசு அறிக்கைகள்

*1.*இந்திய அரசின் Forest Survey of India, *India State of Forest Report (ISFR) 2023.*

*2.*இந்திய அரசின் Ministry of Environment, Forest and Climate Change, *Forest Cover in India.*

3.Ministry of Jal Shakti, Government of India (இந்தியாவின் முக்கிய நதிகள் தொடர்பான அதிகாரப்பூர்வ தகவல்கள்).

4.NCERT, *India: Physical Environment* (Class XI Geography).

VI. தமிழ் இலக்கியங்கள்

1. திருவள்ளுவர் – *திருக்குறள்.*
2. *பழமொழி நானூறு.*
3. இளங்கோ அடிகள், *சிலப்பதிகாரம்.*

www.ingramcontent.com/pod-product-compliance
Lightning Source LLC
LaVergne TN
LVHW090333210926
848480LV00004B/1395
* 9 7 9 8 9 0 5 6 0 7 0 0 4 *